வெட்டுக்கிளிகளை உற்றுக் கேட்டல்
இன அழிப்பு, மறுப்பு, கொண்டாட்டம்

வெட்டுக்கிளிகளை உற்றுக் கேட்டல்
இன அழிப்பு, மறுப்பு, கொண்டாட்டம்

அருந்ததி ராய் (பி. 1961)

அருந்ததி ராய் இந்தியாவின் நட்சத்திர எழுத்தாளர்; களப்பணியாளர்.

இவரது நாவலான 'The God of Small Things' (*சின்ன விஷயங்களின் கடவுள்*) புக்கர் பரிசு பெற்றதும் உலகப் புகழை அடைந்தார்.

இந்திய அரசின் அணு ஆயுதக் கொள்கை எதிர்ப்பு, இந்திய அரசமைப்பால் ஒடுக்கப்படும் கஷ்மீரிகள், ஆதிவாசிகள் ஆகியோருக்கு ஆதரவான போராட்டங்கள், அமெரிக்க ஏகாதிபத்திய எதிர்ப்பு போன்ற களப் போராட்டங்களில் ஈடுபட்டும், காத்திரமான கட்டுரைகள் எழுதியும் வருபவர். இந்துத்துவத்தின் கடுமையான விமர்சகர். தலித் விடுதலையில் ஆழ்ந்த கரிசனம் கொண்டவர். 2015இல் விடுதலைச் சிறுத்தைகள் 'அம்பேத்கர் சுடர்' விருதை அருந்ததி ராய்க்கு வழங்கினர்.

ஆய்வின் வலுக்கொண்ட அவரது கட்டுரைகள் அவற்றின் கருத்துக்களுக்காகவும் நடைக்காகவும் உலகக் கவனம் பெற்றவை.

மணி வேலுப்பிள்ளை (பி. 1948)
மொழிபெயர்ப்பாளர்

கொழும்பு பல்கலைக்கழகப் பட்டதாரி. முன்னர் இலங்கையிலும் பின்னர் கனடாவிலும் அரச மொழிபெயர்ப்பாளர். எழுதிய நூல்: 'மொழியினால் அமைந்த வீடு' (2004).

மொழிபெயர்ப்பு நூல்கள்: 'மார்க்சியம் – ஒரு மீள்நோக்கு' (A.J.P. Taylor, Marxism – An Introduction) (2008); 'மாயமீட்சி' (Milan Kundera, Ignorance) (2009).

கனடாவிலிருந்து வெளிவரும் *காலம்* சஞ்சிகையில் இவருடைய எழுத்துக்கள் தொடர்ந்து வெளிவருகின்றன.

அருந்ததி ராய்

வெட்டுக்கிளிகளை உற்றுக் கேட்டல்
இன அழிப்பு, மறுப்பு, கொண்டாட்டம்

தமிழில்
மணி வேலுப்பிள்ளை

காலச்சுவடு பதிப்பகம்

அன்பார்ந்த வாசகருக்கு,

வணக்கம்.

காலச்சுவடு நூலை வாங்கியமைக்கு நன்றி.

நூலின் உள்ளடக்கம், உருவாக்கம், அட்டைப்படம் இன்ன பிற அம்சங்கள் பற்றிய உங்கள் கருத்துகளையும் ஆலோசனைகளையும் காலச்சுவடு வரவேற்கிறது. தகவல், எழுத்து, வாக்கியப் பிழைகள் தென்பட்டால் கட்டாயம் தெரிவித்து உதவுங்கள். நூல் தயாரிப்பில் கடும் குறைபாடு இருப்பின் மாற்றுப் பிரதி உங்களுக்குக் கிடைக்கக் காலச்சுவடு ஏற்பாடு செய்யும்.

மின்னஞ்சல்: *publisher@kalachuvadu.com*

காலச்சுவடு நாகர்கோவில் தலைமையகத்துக்கும் கடிதம் அனுப்பலாம்.

தங்கள்
எஸ்.ஆர். சுந்தரம் (கண்ணன்)
பதிப்பாளர் — நிர்வாக இயக்குநர்

வெட்டுக்கிளிகளை உற்றுக் கேட்டல் இன அழிப்பு, மறுப்பு, கொண்டாட்டம் ❖ கட்டுரைகள் ❖ ஆசிரியர்: அருந்ததி ராய் ❖ தமிழில்: மணி வேலுப் பிள்ளை ❖ © அருந்ததி ராய் ❖ முதல் பதிப்பு: டிசம்பர் 2013, எட்டாம் பதிப்பு: ஜூலை 2023 ❖ வெளியீடு: காலச்சுவடு பப்ளிகேஷன்ஸ் (பி) லிட்., 669, கே. பி. சாலை, நாகர்கோவில் 629001

vettukkilikalai uttuk kettal ina azhippu, maruppu, kondattam ❖ Tamil Translation of selected articles from 'Listening To Grasshoppers' ❖ Essays ❖ Author: Arundhati Roy ❖ © Arundhati Roy ❖ Translated by: Mani Veluppillai ❖ Language: Tamil ❖ First Edition: December 2013, Eighth Edition: July 2023 ❖ Size: Demy 1 x 8 ❖ Paper: 18.6 kg maplitho ❖ Pages: 128

Published by Kalachuvadu Publications Pvt.Ltd., 669, K.P. Road, Nagercoil 629001, India ❖ Phone: 91-4652-278525 ❖ e-mail: publications @kalachuvadu.com ❖ Printed at Adyar Students xerox Pvt. Ltd., No. 275 Habibullah Road, Triplicane high Road, Opp Triplicane Post Office, Triplicane, Chennai 600005

ISBN: 978-93-81969-62-5

07/2023/S.No. 507, kcp 4595, 18.6 (8) uss

பொருளடக்கம்

முன்னுரை: ஒளிமங்கும் ஜனநாயகம்	9
ஜனநாயகம்: வீட்டில் இருக்கும்போது அவள் யார்?	37
மாளிகையில் ஊழல்	60
வெட்டுக்கிளிகளை உற்றுக் கேட்டல்	
இன அழிப்பு, மறுப்பு, கொண்டாட்டம்	75
ஒன்பது அல்ல பதினொன்று	
(நவம்பர் அல்ல செப்டெம்பர்)	107

அருந்ததி ராயின் ‘Listening To Grasshoppers’ என்ற நூலின் காஷ்மீர் தொடர்பான கட்டுரைகள் ‘காஷ்மீர்: சீற்றம் பொதிந்த பார்வை’ நூலாக வெளிவந்துள்ளன. வளர்ச்சிக்கும் ‘பயங்கர வா’தத்திற்குமான தொடர்பை விளக்கும் கட்டுரைகள் இத்தொகுப்பில் இடம்பெறுகின்றன.

முன்னுரை

ஒளிமங்கும் ஜனநாயகம்

இறப்பின் பின் வாழ்வுண்டா என்று நாம் விவாதிக்கும் அதேவேளையில், இன்னொரு விஷயத்தையும் நாம் விவாதிக்கலாமா? ஜனநாயகத்தின் பின் வாழ்வுண்டா? அது எத்தகைய வாழ்வாக இருக்கும்? ஜனநாயகம் என்னும்போது, அதை இனிமேல் நாம் அடைய விரும்பும் குறிக்கோள் அல்லது நனவாக்கவிரும்பும் கனவு என்னும் பொருளில் இங்கு நான் எடுத்தாள வில்லை. தற்போது நிலவிவரும் ஜனநாயக வடிவத்தையே, மேல்நாட்டுத் தாராளமய ஜனநாயகத்தையே, அதன் மாற்றுவடிவங்களையே இங்கு நான் கருதுகிறேன்.

இத்தகைய ஜனநாயகத்தின் பின் வாழ்வுண்டா?

இந்த வினாவுக்கு விடையளிக்கும் முயற்சிகள் பெரும்பாலும் வெவ்வேறு ஆட்சிமுறைகளை ஒப்பிடும் முயற்சிகளாக மாறி, ஜனநாயகத்துக்கு ஆதரவான, மூர்க்கத்தனமான, முரட்டுத்தனமான வாதத்தில் முடிவடைவதுண்டு. ஜனநாயகத்தில் குறைகள் உண்டு, அது முற்றிலும் நிறைவானதல்ல, எனினும் நம்முன் வைக்கப்படும் ஏனைய முறைமை அனைத்தையும்விட அது சிறந்தது என்று நாம் கூறுகிறோம். போதாதற்கு, அவையோருள் ஒருவர் எழுந்து, 'ஜனநாயகத்தைவிட ஆஃப்கானிஸ் தானையா, பாகிஸ்தானையா, சௌதி அரேபியா வையா, சோமாலியாவையா நீங்கள் மிகவும் விரும்பு கிறீர்கள்?' என்று கேட்பதையும் தவிர்க்கவியலாது.

அனைத்து 'வளர்ந்துவரும்' சமூகங்களின் விழைவான 'உடோபியாவாக' ஜனநாயகக் கனவு இருக்க வேண்டுமா என்பது முற்றிலும் வேறுபட்ட கேள்வி. (அப்படி இருக்க வேண்டும் என்றே நான் கருதுகிறேன். அந்த ஆரம்ப கட்டம், லட்சியவாதக் கட்டம், மிகவும் போதையூட்டும் கட்டமாகும்.) ஏற்கெனவே ஜனநாயக நாடுகளில் அல்லது ஜனநாயகப் பாசாங்கான நாடுகளில் வாழும் நம்மை நோக்கியே ஜனநாயகத் துக்குப் பிற்பட்ட வாழ்வு பற்றிய மேற்படி கேள்வி எழுப்பப் படுகிறது. பழங்காலத்தில் இருந்துவந்த எதேச்சாதிகார அல்லது சர்வாதிகார ஆட்சிமுறைகளை இன்று நாம் பின்பற்ற வேண்டு மென்னும் பொருளில் மேற்படி கேள்வி எழுப்பப்படவில்லை. பிரதிநிதித்துவ ஜனநாயகக் கட்டமைப்பை – மிகவும் அதிகமான பிரதிநிதித்துவமும் மிகவும் குறைவான ஜனநாயகமும் கொண்ட கட்டமைப்பை – சற்று மாற்ற வேண்டியுள்ளது என்னும் பொருளி லேயே மேற்படி கேள்வி எழுப்பப்படுகிறது.

ஜனநாயகத்தை நாம் என்ன செய்திருக்கிறோம் என்ற கேள்வியே உண்மையில் இங்கு எழுப்பப்படுகிறது? ஜனநாயகத்தை நாம் எப்படி பாடுபடுத்தியிருக்கிறோம்? ஜனநாயகத்தை முழுமையாகப் பயன்படுத்திய பின்னர் என்ன நடக்கும்? ஜனநாயகத்தை அகழ்ந்து உள்ளீடற்றதாக்கிய பின்னர் என்ன நடக்கும்? ஜனநாயகத்தின் ஒவ்வோர் அங்கமும் ஒவ்வொரு பயங்கர பீடமாய் மாறிய பின்னர் என்ன நடக்கும்? தற்போது ஜனநாயகமும் சுதந்திரச் சந்தையும் இணைந்து முற்றிலும் லாப நோக்கத்தையே மையமாகக் கொண்டு செயல் படுவதால் இனி என்ன நடக்கும்? இந்தச் செயல்பாட்டை எதிர்த் திசையில் திருப்பிவிட முடியுமா? மாற்றத்துக்குள்ளான ஒன்று அதன் முந்தைய நிலைக்குத் திரும்ப முடியுமா?

உலகம் தப்பிப்பிழைக்க இன்று நமக்கொரு தொலை நோக்கு தேவைப்படுகிறது. உடனடியான, கசக்கிப்பிழியும், குறுகிய கால லாபங்களைச் சார்ந்து ஆட்சி நடத்தும் அரசாங்கங் களால் ஒரு தொலைநோக்கை அளிக்க முடியுமா? நமது குறுகிய கால நம்பிக்கைகளுக்கும் பிரார்த்தனைகளுக்கும் புனித விடை யாகக் கிடைக்கும் ஜனநாயகம், நமது தனிநபர் சுதந்திரங்களைக் காப்பாற்றும் ஜனநாயகம், நமது பேராசைக் கனவுகளை ஊட்டிவளர்க்கும் ஜனநாயகம் சமூகத்தின் இறுதி ஆட்டமாக மாறுமா? நமது மாபெரும் பிழையை, நவீன மனிதர்களாகிய நமது குறுகிய நோக்கை, ஜனநாயகம் பிரதிபலிப்பதால்தான் ஜனநாயகம் நம்மிடையே செல்வாக்குப் பெற்றதா? (பெரும்பா லான விலங்குகள் முற்றிலும் நிகழ்காலத்தில் வாழ்வது போன்று) நம்மால் முற்றிலும் நிகழ்காலத்தில் வாழ இயலாமையும்

தொலைநோக்கு இல்லாமையும் சேர்ந்து நம்மை விலங்குகளுக்கும் ஞானிகளுக்கும் இடையிலான விசித்திரமான பிறவிகளாக மாற்றியுள்ளன. நமது அபரிதமான புத்திசாலித்தனம் வாழ்வுக்குத் தேவையான இயல்பூக்கத்தை முந்திவிட்டதாகத் தெரிகிறது. பொருள்களை வாங்கிக் குவிப்பதன் மூலம் நாம் இழந்த ஆழமான விஷயங்களை நுட்பமான வகையில் ஈடு செய்ய முடியுமென்ற நம்பிக்கையுடன் இப்பூவுலகை நாம் சூறையாடி வருகிறோம்.

இந்தக் கேள்விகளுக்கெல்லாம் இந்நூல் விடை தருமென்று பாவனை செய்தால் அது தற்பெருமை. ஜனநாயகம் நம்மை வழிநடத்த தவறிவிட்டது என்பதையும், முன்பு நாம் நம்பியது போல் ஜனநாயகம் நீதியையும் நிலைத்தன்மையையும் அளிக்குமென்று நம்பி வாழ முடியாது போலவும் தென்படுகிறது என்பதையுமே இந்நூலில் சற்று விரிவாக விளக்குகின்றது. இந்தியா நெருக்கடிகளை எதிர்கொண்ட தருணங்களில் இக்கட்டுரைகள் அனைத்தும் அவசர அவசரமாகவும் பொதுமக்கள் சார்பான குறுக்கீடுகளாகவும் எழுதப்பெற்றவை. இவை அந்நிகழ்வுகளுக்கான எதிர்வினைகள் மட்டுமல்ல; எதிர்வினைகளுக்கான எதிர்வினைகளும்கூட.

அமைதியாக இருப்பதைத் தவிர்த்து ஏதாவது கூற வேண்டிய சில தருணங்களில் இக்கட்டுரைகளுள் பல கோபத்துடன் எழுதப்பெற்றன. எனினும் இவை ஒரே இழையால் கோக்கப்பட்டவை. இவை ஜனநாயக வழிமுறையில் காணப்படும் துரதிர்ஷ்டவசமான ஒழுங்கின்மையையோ பிறழ்வுகளையோ பற்றியன அல்ல. இவை ஜனநாயகத்தின் விளைவுகள் பற்றிய கட்டுரைகள். அகத்தில் கனன்றுகொண்டிருக்கும் நெருப்பு பற்றிய கட்டுரைகள். இவை பரந்த அளவிலான விமர்சனத்தை வழங்கவில்லை என்பதையும் நான் தெரிவிக்க வேண்டியதிருக்கிறது. உலகின் மிகப்பெரிய ஜனநாயக நாடென்று சொல்லப்படும் இந்தியாவில் (அல்லது ஒருதடவை ஸ்ரீநகர் தெருக்களில் 'நீதி வழங்காத ஜனநாயகம் = பைத்தியப் பேய்த்தனம்' எனத் தெரிவித்த பதாகையுடன் ஆர்ப்பாட்டம் செய்த காஷ்மீரி ஒருவரது கருத்தின்படி உலகின் மிகப்பெரிய 'பேயாட்சி' நாடாகிய இந்தியாவில்) ஜனநாயகச் செயல்பாட்டின் சில வழிமுறைகளை வெளிப்படுத்துவதாக நான் கருதும் திட்டவட்டமான நிகழ்வுகளைப் பற்றிய விரிவான அலசலே இக்கட்டுரைகள்.

ஓர் எழுத்தாளர், புனைகதை எழுத்தாளர் என்ற வகையில் எப்போதும் துல்லியத்தை விரும்பும் என் முயற்சி, எல்லா விவரங்களையும் சரிவர எடுத்துரைக்கும் என் முயற்சி,

உண்மையில் இடம்பெறும் நிகழ்வின் காப்பியத் தன்மையைச் சற்று குறுக்கிவிடுமோ என்று நான் அடிக்கடி வியப்பதுண்டு. பேருண்மையை இறுதியில் அது மறைத்துவிடுமோ? காட்டு விலங்கின் ஓலமோ நிலைமையை மாற்றும் வலுவுடன் கூடிய கவிதையின் நுட்பமோ தேவைப்படும் இத்தருணத்தில், நான் நிகழ்வுகளின் துல்லியத்தையும் உரைநடைத்தன்மையையும் பேணி வருகிறேனோ என்று கவலைகொள்கிறேன். நமது அரசின் வஞ்சகம், பிராமணியம், கடும்சிக்கல், அதிகாரவர்க்கத் தனம், கோப்புகளில் மூழ்கும் இயல்பு போன்ற ஏதோ ஒன்று என்னை ஒரு குமாஸ்தாவாக மாற்றிவிட்டது போலும். உலகத் தின் விருப்பத்திற்குரிய புதிய வல்லரசான இந்தியாவின் சொரணையற்ற தன்மையையும் கொடூரத்தையும் அது திட்ட மிட்டு மேற்கொள்ளும் வன்முறையையும் மறைக்கும் புதிரை – சூழ்ச்சியும் வஞ்சகமும் பின்னிப் பிணைந்த புதிரை – விடுவிக்க விசித்திரமான வழிகளைப் பயன்படுத்த வேண்டியுள்ளது என்பது மட்டுமே எனது சமாதானம். 'தகுந்த வழிகளிலான' அடக்கு முறை சில வேளைகளில் 'தகுந்த வழிகளிலான' எதிர்ப்பாற் றலை உருவாக்கும். தொடர்ந்து எதிர்த்து நிற்பதற்கு இந்நூல் போதாது என்பது எனக்குத் தெரியும். எனினும் இப்போதைக்கு என்னிடம் இது மாத்திரமே உள்ளது. என்றோ ஒருநாள் இது கவிதைக்கும் விலங்கின் ஓலத்திற்கும் அடிப்படையாக அமையக்கூடும்.

○○○

இந்நூலின் தலைப்பாய் அமையும் 'வெட்டுக்கிளிகளை உற்றுக்கேட்டல்' என்னும் கட்டுரை, **2008** ஜனவரி மாதம் இஸ்தான்புல் மாநகரத்தில் படுகொலைசெய்யப்பட்ட ஆர்மீனியப் பத்திரிகையாளர் ஹிராண்ட் டிங்கின் முதலாமாண்டு நினைவுநாள் நிகழ்வில் ஆற்றிய விரிவுரையாகும். துருக்கியில் தடைசெய்யப்பட்ட ஒரு விஷயத்தை – **1915**இல் நிகழ்ந்த ஆர்மீனியரின் இனப்படுகொலை விஷயத்தை – எழுப்பத் துணிந்தமைக்காக அவருடைய அலுவலகத்துக்கு வெளியே தெருவில் வைத்து அவர் சுட்டுக் கொல்லப்பட்டார். **1915**இல் ஆர்மீனியர்கள் **10** லட்சத்துக்கும் மேற்பட்டோர் படுகொலை செய்யப்பட்டார்கள். இனப்படுகொலையின் வரலாறு, இனப் படுகொலை மறுக்கப்படல், 'முன்னேற்றத்துக்கும்' இனப் படுகொலைக்கும் இடையே பெரும்பாலும் இயல்பாகவே ஓங்கிய பழம்பெரும் உறவு பற்றியதே எனது விரிவுரை.

துருக்கியில் ஆர்மீனிய இனப்படுகொலையை நடத்திய அரசியல் கட்சியின் பெயர் 'ஒற்றுமை – வளர்ச்சிக் குழு' என்ற

விவரம் எப்போதும் என் உள்ளத்தை உறுத்திவந்துள்ளது. உண்மையில் இந்நூலில் உள்ள கட்டுரைகளுள் பெரும்பாலானவை, தற்காலத்தில் ஒற்றுமைக்கும் வளர்ச்சிக்கும் இடையே, அல்லது இன்றைய மொழியில், தேசியவாதத்துக்கும் வளர்ச்சிக்கும் இடையே, நிலவும் தொடர்பு பற்றியவை. நவீனத்தின், சுதந்திரச் சந்தை ஜனநாயகத்தின் களங்கப்படுத்தவியலாத இரட்டைக் கோபுரங்களான தேசியவாதம், வளர்ச்சி ஆகியவற்றின் தீவிரத்தன்மை உலகின் இறுதி அழிவை (அணுவாயுதப் போர், காலநிலை மாற்றம்) உருவாக்கவல்லதாக உள்ளது.

இக்கட்டுரைகள் 2002க்கும் 2008க்கும் இடைப்பட்ட காலத்தில் எழுதப்பெற்றவை. எனினும் அவற்றுக்கான பீடிகை 1989இலேயே போடப்பட்டுவிட்டது. ஆஃப்கானிஸ்தானின் கரடுமுரடான மலைகளில், சோவியத் பொதுவுடைமைவாதத்துக்கு எதிரான தனது நீண்ட போரில் முதலாளித்துவம் வெற்றிபெற்ற கட்டம் அது. (ஆம், ஆஃப்கன் சக்கரம் தற்போது மீண்டும் சுழன்று வருகிறது. அதே மலைகளில் முதலாளித்துவம் புதையக்கூடுமா? பொறுத்திருந்துதான் பார்க்க வேண்டும்.) சோவியத் நாடு நிலைகுலைந்த, பெர்லின் மதில் தகர்ந்து விழுந்த ஒருசில மாதங்களுக்குள், முன்னொரு காலத்தில் அணிசேரா இயக்கத்தின் தலைமைகளில் ஒன்றாக விளங்கிய இந்திய அரசு படுவேகமாக அந்தர்பல்டியடித்து, புதிய ஒற்றைத் தன்மை உலகப் பேரரசாகிய அமெரிக்காவுடன் முற்றுமுழுதாக இணைந்துகொண்டது.

ஆட்டவிதிகள் விரைவாகவும் முழுமையாகவும் மாறின. தொலைவிலமைந்த கிராமங்களிலும், அப்பழுக்கற்ற காடுகளின் நட்டநடுவிலும் வாழ்ந்த பல லட்சக்கணக்கான மக்களுள் சிலர் பெர்லின் மதிலையோ சோவியத் யூனியனையோ கேள்விப்படாதவர்கள். ஜெர்மனி, சோவியத் யூனியன் போன்ற தூரத்து நாடுகளில் இடம்பெறும் நிகழ்வுகள் எவ்வாறு தங்கள் வாழ்வைப் பாதிக்கும் என்பதை அவர்கள் சிந்தித்தே பார்த்திருக்க முடியாது. அவர்களின் உடைமைகளைப் பறித்து, அவர்களை இடம்பெயர்க்கும் நடவடிக்கை 1950களின் ஆரம்பத்திலேயே தொடங்கிவிட்டது. சோவியத்பாணி வளர்ச்சி மாதிரியை இந்திய அரசு விழைந்த காலம் அது. (பிலாய், பொக்காரோ போன்ற) பெரிய உருக்காலைகள், (ஆயிரக்கணக்கான) பேரணைகள் இந்தியப் பொருளாதாரத்தில் ‘கோலோச்சிய’ காலம் அது. அத்தகைய பொருளாதார வழிமுறை பயங்கர வேகத்தில் உச்சமடைவதற்குத் தனியார்மயமாக்க – கட்டமைப்பு இணக்க காலம் வழிவகுத்தது.

'முன்னேற்றம்', 'வளர்ச்சி' போன்ற சொற்கள் இன்று பொருளாதாரச் 'சீர்திருத்தம்,' விதி களைவு, தனியார் மயமாக்கம் என்பவற்றுக்கு மாற்றுச்சொற்களாகிவிட்டன. 'சுதந்திரம்' என்பது 'தெரிவு' என்று பொருள்படத் தொடங்கி யுள்ளது. 'சுதந்திரம்' என்பது மனித உணர்வுடன் சம்பந்தப்படும் நிலை மங்கி, வாசனைப் பொருட்களுடன் சம்பந்தப்படும் நிலை ஓங்கி வருகிறது. 'சந்தை' என்பது நீங்கள் சாமான் வாங்கும் இடம் என்று இப்போது பொருள்படுவதில்லை. 'சந்தை' மண்ணிலிருந்து பிடுங்கப்பட்டு, விண்ணில் நடப்பட்டுள்ளது. அங்கே அநாமதேய கார்ப்பொரேட் நிறுவனங்கள் 'எதிர்காலம் குறித்த ஒப்பந்தங்களை' வாங்கி, விற்று வியாபாரம் புரிந்து வருகின்றன. 'நீதி' என்பது 'மனித உரிமைகள்' என்று பொருள் படத் தொடங்கியுள்ளது ('ஒருசில மனித உரிமைகளே போதும்' என்றும் சொல்லுகிறார்கள்). இந்த மொழித்திருட்டு, சொற்களைக் கவர்ந்து ஆயுதங்களாக நிலைநிறுத்தும் உத்தி, தங்கள் உள்நோக்கத்தை மறைப்பதற்காகச் சொற்களின் வழக்கமான பொருளுக்கு எதிர்மாறான பொருளில் அவற்றைப் பயன்படுத்தும் உத்தி ஆகிய இணைவு, புதிய விநியோகத்தில் பங்குகொள்ளும் மன்னர்கள் பெற்ற வியத்தகு, தந்திரோபாய வெற்றிகளுள் ஒன்றாகியுள்ளது. கண்டிப்பவர்களை ஓரங்கட்டு வதற்கு, கண்டனத்தை எடுத்துரைக்க மொழியற்றவர்களாகச் செய்வதற்கு, 'முன்னேற்ற – விரோதிகள்,' 'வளர்ச்சி – விரோதி கள்,' 'சீர்திருத்த – விரோதிகள்,' ஆம், 'தேச – விரோதிகள்,' படுமோசமான எதிர்மறைவாதிகள் என்று முத்திரை குத்தி ஒதுக்கித்தள்ளுவதற்கு இந்த உத்தி புதிய மன்னர்களுக்குக் கைகொடுத்துள்ளது. ஓர் ஆற்றை அல்லது காட்டைப் பாதுகாப்பது பற்றித் தெரிவித்தால், 'உங்களுக்கு முன்னேற்றத் தில் நம்பிக்கை இல்லையா?' என்று கேட்கிறார்கள். அணைக்கட்டுகளால் மக்களின் நிலங்கள் நீர்த்தேக்கங்களுள் மூழ்கிவருகின்றன. அவர்களின் வீடுகள் தரைமட்டமாகி வருகின்றன. அவர்களிடம், 'வளர்ச்சிக்கு மாற்றுத் திட்டம் உங்களிடம் உண்டா?' என்று கேட்கிறார்கள். மக்களுக்கு அடிப்படைக் கல்வி, சுகாதாரம், சமூகநல உதவி வழங்குவது அரசாங்கத்தின் கடமை என்று கருதுவோரிடம், 'நீங்கள் சந்தைக்கு எதிரானவர்கள்' என்று கூறுகிறார்கள். மூடரைத் தவிர வேறு யார் சந்தையை எதிர்க்கக்கூடும்?

திருடப்பட்ட சொற்களை மீட்பதற்கு விளக்கங்கள் தேவை. குறுகியகாலக் கவனம் கொண்ட உலகத்துக்கு அத்தகைய விளக்கங்கள் மிகவும் சலிப்பூட்டும். பேச்சுச் சுதந்திரம் ஏழை களுக்கு எட்டாத காலத்தில் அத்தகைய விளக்கங்கள் மென்

மேலும் உயரத்தில் நிலைகொள்ளும். இந்த மொழிக்கொள்ளை நமது வீழ்ச்சிக்கு வழிவகுக்கும் மூலகாரணியாக மாறக்கூடும்.

இந்தியாவில் இரு பத்தாண்டுகளாக ஏற்பட்டுள்ள இத்தகைய 'முன்னேற்றத்தால்' பெற்ற திடீர்ச் செல்வத்தில், அதனூடாகக் கிடைத்த திடீர் மதிப்பில் திளைக்கும் போதையில் மதிமயங்கும் மத்திய வர்க்கமும் அதனைவிட அதிக விரக்தி யடைந்த கீழ்வர்க்கமும் உருவாகியுள்ளன. இயற்கைச் சூழல் பாதிக்கப்படும் வண்ணம் வகைதொகையற்ற முறையில் பயன் படுத்தப்படும் எந்திரவியல் நுட்பங்கள், பெரிய உள்கட்டமைப்புத் திட்டங்கள், அணைகள், சுரங்கங்கள், சிறப்புப் பொருளாதார மண்டலங்கள் போன்றவற்றாலும், பெருகிய வெள்ளத்தாலும் வறட்சியாலும், வளமிக்கநிலம் பாலையாவதாலும் கோடிக் கணக்கான மக்கள் உடைமை பறிக்கப்பட்டு, அவர்களுடைய நிலங்களிலிருந்து குடிபெயர்க்கப்பட்டுள்ளார்கள். ஏழைகளின் பெயரால் மேற்கொள்ளப்பட்ட அபிவிருத்திகள் அனைத்தும் உண்மையில் உயர்குலத்தின் அதிகரித்த கோரிக்கைகளை நிறைவேற்றுவதற்காகவே மேற்கொள்ளப்பட்டவை.

'வளர்ச்சி' விவாதத்தின் மையப்பொருளாக நிலவுரிமைப் போராட்டமே உள்ளது. இந்தியாவின் நிதி அமைச்சராகப் பதவியேற்கும் முன்னர் ப. சிதம்பரம் என்ரான் கார்ப்பொரேட் நிறுவனத்தின் வழக்கறிஞராகவும், தற்போது ஒரிசா மாநிலத்து நியம்கிரி குன்றுகளைப் பாழ்படுத்திவரும் வேதாந்தா என்னும் பன்னாட்டு சுரங்க அகழ்வு கார்ப்பொரேட் நிறுவனத்தின் நிர்வாக இயக்குநர்களில் ஒருவராகவும் விளங்கியவர். அக் கார்ப்பொரேட் நிறுவனங்களில் அவர் ஆற்றிய பணி அவருக் கோர் உலக நோக்கைத் தந்திருக்கலாம். அல்லது ஒருவேளை எதிரிடையாகவும் நடந்திருக்கலாம். இந்திய மக்களுள் 85 சதவிகிதத்தினரை நகரங்களில் வாழவைப்பதே தனது கனவு என்று ஓராண்டுக்கு முன் ஒரு நேர்காணலில் அவர் தெரிவித் திருந்தார். அக்கனவை நனவாக்குவதற்குக் கற்பனைக்கும் எட்டாத அளவில் சமூகவியல் நுட்பங்களைப் பயன்படுத்த வேண்டியிருக்கும். ஏறத்தாழ 50 கோடி மக்களை நாட்டுப் புறத்திலிருந்து நகரங்களுக்குக் குடிபெயரும்படி தூண்டவோ கட்டாயப்படுத்தவோ வேண்டியிருக்கும். அப்படியான வழி முறை தற்போது சிறப்பாக மேற்கொள்ளப்பட்டு வருகிறது. இந்தியாவைத் துரிதகதியில் சர்வாதிகார அரசாக அது மாற்றி வருகிறது. தங்கள் நிலத்தை மனமுவந்து ஒப்படைக்க மறுக்கும் குடிமக்கள் துப்பாக்கி முனையில் ஒப்படைக்க வைக்கப்படு கிறார்கள். இதனால்தான் ப. சிதம்பரம் நிதி அமைச்சர் பதவியி

லிருந்து எளிதாக உள்துறை அமைச்சர் பதவிக்கு மாறமுடிகிறது போலும். இவ்விரு துறைகளையும் மெல்லிய சவ்வு ஒன்றுதான் பிரித்துவைத்திருக்கிறது. 'தொலைநோக்கு' வேடம்பூண்ட இந்தக் கொடுங்கனவில் பொதிந்துள்ள திட்டத்தின்படி, பரந்து விரிந்த நிலங்களும் இந்தியாவின் இயற்கை வளங்களும் பறிக்கப்பட்டு, கார்ப்பொரேட் நிறுவனங்களின் சூறையாட்டத் துக்கு இரையாக்கப்படும். அதன் விளைவாக, இந்தியா சுதந்திரம் பெற்ற பின்னர் கைக்கொள்ளப்பட்ட நிலச் சீர்திருத்தக் கொள்கை தலைகீழாக்கப்படும்.

தறிகெட்டு, சூழலை அழித்தொழிக்கும் அரசின் ஆதர வுடன் வெறியாட்டம் போடும் பன்னாட்டு நிறுவனங்கள் ஏற்கெனவே காடுகளையும் மலைகளையும் நீர்நிலைகளையும் பாழ்படுத்தி வருகின்றன. இந்தியாவின் கிழக்குப்புறத்தில் பாக்சைட்டையும் இரும்புத்தாதுகளையும் அகழ்வதால் சூழல் தொகுதிகள் முழுமையாக அழிந்து வருகின்றன. வளமான நிலம் பாலையாக மாறிவருகிறது. இமாலயத்தில் நூற்றுக் கணக்கில் அணைகள் கட்டத் திட்டமிடப்பட்டு வருகிறது. அதனால் பேரழிவு விளையப்போவது உறுதி. சமவெளிகள் எங்கும் பாயும் ஆறுகளின் கரைகளில் வெள்ளத்தைக் கட்டுப் படுத்தும் சாக்கில் அமைக்கப்படும் வரம்புகளால் ஆற்றுப் படுகை உயர்ந்து, மென்மேலும் வெள்ளம் பெருகி, நீர்நிறைந்து, பயிர்நிலம் மென்மேலும் உவர்நிலமாகி, கோடிக்கணக்கான மக்களின் பிழைப்பு அருகி வருகின்றது. கங்கை உட்பட இந்தியா வின் புனித ஆறுகள் நன்னீரைக் காட்டிலும் அதிகக் கழிவு நீரையும் ஆலைக்கழிவு நீர்மங்களையும் கொண்டுசெல்லும் அசுத்த நீரோட்டங்களாக மாற்றப்பட்டுள்ளன. எந்த ஆறும் அதன் போக்கில் பாய்ந்து கடலோடு கலத்தல் அரிதாக இருக்கிறது.

ஆற்றுநீர் வீணாகக் கடலில் பாய்கிறது என்னும் அபத்த எண்ணம் கொண்ட உச்ச நீதிமன்றம், இயக்கமுறை நீர் அமைப்பு போன்று இந்திய ஆறுகள் இணைக்கப்பட வேண்டு மென்று நம்பவே முடியாத இறுமாப்புடன், தான்தோன்றித் தனமாக உத்தரவிட்டுள்ளது. இக்கட்டளையை நிறைவேற்று வதற்கு மலைகளையும் காடுகளையும் ஊடறுத்துச் சுரங்கம் அமைக்க வேண்டியிருக்கும். இயற்கையான மேடுபள்ளங் களையும் ஆற்றுவடிநிலத் தொகுதிகளையும் மாற்ற வேண்டி யிருக்கும். ஆற்றிடைமேடுகளையும் கழிமுகங்களையும் அழிக்க வேண்டியிருக்கும். அதாவது இந்திய துணைக்கண்டத்தின் சூழல்தொகுதி முழுவதையும் சிதைக்க வேண்டியிருக்கும்.

(மேற்படி உத்தரவு பிறப்பித்த நீதிபதி பி.என். கிர்பால் பதவி ஓய்வுபெற்ற பின்னர் கொக்கோ கோலா சுற்றுச்சூழல் குழுவில் இணைந்துகொண்டார்!)

செயற்கை நீர்ப்பாசனத்தை அதீதமாகச் சார்ந்திருக்கும் நாகரிகங்களின் கதி என்ன என்பதை அறியாத பேரின்பத்தில் மூழ்கிய ஆட்களால் நிர்வகிக்கப்படும் சுதந்திரச் சந்தை முறைமையால் பயிர் சாகுபடியில் ஏற்பட்டுள்ள மாற்றங்கள் கவலை அளிக்கின்றன. உள்ளூர் மண்வளத்திற்கும் கால நிலைக்கும் ஏற்ற உணவுப்பயிர்களுக்குப் பதிலாக, (அதிகத் தண்ணீர் உறிஞ்சும், கலப்பின, செயற்கையின) பணப்பயிர்கள் பயிரிடப்படுகின்றன. பணப்பயிர்ச் சாகுபடி முற்றிலும் சந்தையை நம்பியுள்ளது. வேதி உரங்கள், பூச்சிகொல்லிகள், நீர்ப்பாசனக் கால்வாய்கள், வகைதொகையற்ற தரைநீர் அகழ்வு என்பவற்றையே அது பெரிதும் சார்ந்துள்ளது. அதிக வேதிப்பொருள் பயன்பாட்டால் பாழ்பட்ட பயிர்நிலம் உவர்நிலமாகி வளங்குன்றும்போது, சாகுபடிச் செலவு பெருகுவதால் சிறு விவசாயிகள் கடனாளியாகிவருகிறார்கள். கடந்த சில ஆண்டுகளில் இந்திய விவசாயிகள் 1,80,000 பேர் தற்கொலை செய்துள்ளார்கள். அரசு களஞ்சியங்களில் தானியம் நிரம்பிவழிந்து, இறுதியில் அழுகிவரும் அதேவேளையில் பட்டினியும் ஊட்டக் குறைவும் நாட்டைப் பீடித்து வருகின்றன. இது மத்திய, தென் ஆப்பிரிக்கக் கண்டம் முழுவதையும் பீடித்த பட்டினியை, ஊட்டக்குறைவை நெருங்கிய நிலையாகும். உண்மையில் 9 சதவீத வளர்ச்சி வேகம் என்பது ஒரு சுழல்வீழ்ச்சி போலவே தென்படத் தொடங்கியுள்ளது. இத்தகைய வளர்ச்சி வேகம் அதிகரித்தால் மோசமான பின்விளைவு ஏற்படும். எந்தவொரு புற்றுநோய் மருத்துவ நிபுணரும் உங்களிடம் இதை உறுதிப்படுத்துவார்.

நிலப்பிரபுத்துவ, சாதியச் சுமையில் அழுகிக்கொண்டிருந்த பழம்பெரும் சமூகம் ஒரு பெரும் இயந்திரத்தில் கடையப்பட்டது போன்றது இது. இந்தக் கடைதலில் முந்தய ஏற்றத் தாழ்வுகள் கிழித்தெறியப்பட்டன, சில மீள் நிர்ணயப்பெற்றன, பலவும் புனர்நிர்மாணம் பெற்றன. இப்போது கடையப்பட்ட சமூகம் வெண்ணெயாகவும் நிரம்ப நீராகவும் பிரிந்துவிட்டது. அந்த வெண்ணெய்தான் இந்தியாவின் ‘சந்தை’யான பல லட்சம் நுகர்வோர் (கார்கள், செல்போன், கணினி, காதலர் தின அட்டைகள்). உலக தொழிலதிபர்கள் பொறாமை கொள்ளும் சந்தை இது. அந்த நீர் பயனற்றது. அதை கலக்கி

யடிக்கலாம். தேக்கி வைக்கலாம். இறுதியில் வெளியேற்றி விடலாம்.

அப்படித்தான் சூட் அணிந்த பெருந்தலைகள் நினைக்கின்றன. இந்தியாவின் மையத்தில் – சத்தீஸ்கர், ஜார்க்கண்ட், ஒரிசா, மேற்குவங்காளம் – வெடித்திருக்கும் உள்நாட்டு யுத்தத்தை அவர்கள் எதிர்பார்க்கவில்லை.

○○○

1989ஆம் ஆண்டுக்குத் திரும்புவோம்: 'ஒற்றுமைக்கும்', 'வளர்ச்சிக்கும்' இடையே உள்ள இணைப்பை வெளிப்படுத்துவது போல் காங்கிரஸ் அரசாங்கம் இந்தியச் சந்தையைச் சர்வதேச முதலீட்டுக்குத் திறந்துவிட்ட அதேவேளை, அப்போது எதிர்க்கட்சி வரிசையில் அமர்ந்திருந்த வலதுசாரி பாரதிய ஜனதா கட்சி அதன் கொடிய இந்து தேசியவாதத்தில் (அதாவது 'இந்துத்துவம்' என்பதில்) அடியெடுத்து வைத்தது. 1990இல் அதன் தலைவர் எல்.கே. அத்வானி நாடெங்கும் பயணித்து, முஸ்லிம்களுக்கு எதிரான வெறுப்பைத் தூண்டி, அயோத்தியில் சர்ச்சைக்குரிய இடத்தில் அமைந்திருந்த 16 நூற்றாண்டைச் சேர்ந்த பாபர் மசூதியை இடித்து, அங்கே ராமர் கோயில் கட்ட வேண்டுமென்று கோரிக்கை விடுத்தார். 1992இல் அத்வானியால் ஏவிவிடப்பட்ட கும்பல் மசூதியை இடித்தது. 1993இன் தொடக்கத்தில் மும்பை எங்கும் வெறியாட்டம் போட்ட கும்பல் முஸ்லிம்களைத் தாக்கி, அவர்களில் ஏறத்தாழ ஆயிரம் பேரைக் கொன்றது. அதற்குப் பழிவாங்குவதற்காக மும்பை முழுவதும் தொடர்ச்சியாக நிகழ்த்தப்பட்ட குண்டுத் தாக்குதல்களில் 250 பேர் கொல்லப்பட்டார்கள். 1984 நாடாளுமன்றத் தேர்தலில் இரண்டு தொகுதிகளை வென்றிருந்த பா.ஜ.க., 1998இல் அது ஊட்டிய இனவெறியைப் பயன்படுத்தி காங்கிரசைத் தோற்கடித்து மத்தியில் ஆட்சிக்கு வந்தது.

இனிமேல் அமெரிக்காவின் பெரிய எதிரி பொதுவுடைமை வாதம் அல்ல, இஸ்லாமே என்று அந்த நாடு அறிவித்த வரலாற்று முக்கியத்துவம் வாய்ந்த தருணத்தில், இந்தியாவில் இந்துத்துவம் ஓங்கியமை தற்செயலானதல்ல. ஒருதடவை அதிபர் ரீகனால் வெள்ளை மாளிகையில் வைத்து உபசரிக்கப்பட்டு, அமெரிக்க தேசிய பிதாக்களுடன் ஒப்பிடப்பட்ட படு தீவிர இஸ்லாமிய முஜாஹிதீன்கள் திடீரெனப் பயங்கரவாதிகள் எனப்பட்டார்கள். 1990–91இல் CNN நேரடியாக ஒளிபரப்பிய வளைகுடாப் போர் – பாலைப்புயல் நடவடிக்கை – இந்திய நகரங்களில் வாழும் முக்கிய ஆளுமைகளின் வரவேற்பறையை

அடைந்து செயற்கைக்கோள் தொலைக்காட்சியின் தொடக்க கால சிலிர்ப்புகளைத் தந்ததுண்டு. முன்னொரு காலத்தில் பாலஸ்தீன மக்களின் உற்ற நண்பர்களாக விளங்கிய இந்திய ஆட்சியாளர்கள் இஸ்ரேலின் 'இயல்பான' நண்பர்களாக மாறலாயினர். இன்று இந்தியாவும் இஸ்ரேலும் இணைந்து படைப் பயிற்சிகளில் ஈடுபடுகின்றன. துப்புகள் பகிர்கின்றன. சிறந்த முறையில் ராணுவ ஆக்கிரமிப்பில் இருக்கும் புலங்களை நிர்வகிப்பது பற்றிய தகவல்களையும் அவர்கள் பரிமாறக் கூடும்.

1998 வாக்கில் பா.ஜ.க. ஆட்சி ஏற்றபோது மேற்கொண்ட தனியார்மயம், தாராளமயம் ஆகியவற்றுடன் கூடிய 'முன்னேற்ற'ச் செயல்பாடுகள் 8 ஆண்டுகளைக் கடந்து விட்டன. தாராளமயத்தின் மூலம் கொள்ளையடித்தல் என்று அத்தகைய பொருளாதாரச் சீர்திருத்தங்களைத் தீவிரமாகச் சாடிய பா.ஜ.க., ஆட்சி ஏற்றதும் தாராளச் சந்தையை ஆரத் தழுவி, என்ரான் போன்ற மாபெரும் பன்னாட்டு நிறுவனங்களுக்குத் தோள்கொடுத்து நின்றது. (பிரதிநிதித்துவ ஜனநாயக நாடுகளில் மக்களின் பிரதிநிதிகள் தேர்ந்தெடுக்கப்பட்ட பின்னர், வாக்குறுதிகளை மீறவும், மனம்மாறவுமான சுதந்திரம் அவர்களுக்கு உண்டு.)

பா.ஜ.க. ஆட்சி ஏற்று ஒருசில வாரங்களுக்குள் வெப்ப – அணுவாயுதப் பரிசோதனைகளை தொடர்ச்சியாக மேற் கொண்டது. 1975இலேயே இந்தியா அணுவாயுதக் களத்தில் குதித்திருந்தாலும், 1998இல் மேற்கொள்ளப்பட்ட பரிசோதனை கள் அரசியலரங்கில் முற்றிலும் வேறுபட்ட பரிமாணம் கொண்டன. தேசிய வெற்றி போன்று வெறியாட்டத்துடன் மேற்படி பரிசோதனைகள் வரவேற்கப்பட்டன. பொது அரங்கில் பயங்கரமும் வன்மையும் வெறுப்பும் உமிழும் புதிய மொழி ஒன்று புகுத்தப்பட்டது. அங்கு எடுத்துரைக்கப்பட்ட எதுவுமே புதியதல்ல. எனினும் முன்னர் ஏற்றுக்கொள்ளவியலாதது என்று கொள்ளப்பட்ட விஷயம் திடீரெனக் கொண்டாடப்பட்டது. அதன் பின்னர் பன்னாட்டு நிறுவனங்கள் போன்று இந்துத்துவ மும் அணுவாயுத தேசியவாதமும் அரசியல் கட்சிகள் முழங்கிய சித்தாந்தங்களில் முதன்மைத்துவம் பெற்றிருக் கின்றன. நமது ரத்த ஓட்டத்தில் நேரடியாகக் காழ்ப்புணர்ச்சி பாய்ச்சப்பட்டுள்ளது. மத்திய அரசு தன்னை 'மதச்சார்பற்ற' அரசு என்றோ, அப்படியல்ல என்றோ கூறுவதை நாம் பொருட்படுத்தாமல் வன்முறையும் சிறுமையும் கலந்து ஏற்றப் பட்டுள்ள அந்தக் காழ்ப்புணர்ச்சியை நமது அன்றாட வாழ்வில் நாம் எதிர்கொள்ள வேண்டியுள்ளது. முஸ்லிம் சமூகம்

திடீரெனச் சரிவைச் சந்தித்துச் சமூகக் கட்டமைப்பின் அடி மட்டம்வரை தாழ்ந்து, தலித்துகளுடனும் ஆதிவாசிகளுடனும் இடம்பிடிக்க நேர்ந்துள்ளது.

தேசத்தில் நிகழும் சில சம்பவங்கள், நிறைய விலக்கி சாதாரண மக்கள் எதிர்காலத்தை நோட்டமிடும் வகையில் அமைவதுண்டு. 1998இல் மேற்கொள்ளப்பட்ட அணுவாயுதப் பரிசோதனைகள் அத்தகையவை. இந்தியா எத்திசையில் சென்றுகொண்டிருந்தது என்பதைச் சொல்வதற்கு எவர்க்கும் தீர்க்கதரிசனம் என்னும் வரம் தேவைப்பட்டிருக்கவில்லை. அணுவாயுதப் பரிசோதனைகள் நடந்த பின்னர் '*The End of Imagination*' என்று தலைப்பிட்டு நான் எழுதிய கட்டுரையின் (இந்நூலில் இடம்பெறவில்லை) ஒரு பகுதி:

> அணுவாயுதப் பரிசோதனைகளை அடுத்து வெளிவந்த செய்தித்தாள்கள் தமது தலைப்புச் செய்திகளுக்குத் 'தன்மானத்தின் எழுச்சி', 'புத்தெழுச்சிப் பாதை', 'பெருமைக் குரிய கணம்' . . . என்றெல்லாம் தலைப்பிட்டு நாட்கணக்காக எழுதித் தள்ளின . . .
>
> 'இவை வெறும் அணுவாயுதப் பரிசோதனைகள் அல்ல. இவை தேசியத்தின் பரிசோதனைகள்' என்று திரும்பத் திரும்ப நம்மிடம் கூறப்பட்டது.
>
> மீண்டும் மீண்டும் இச்செய்தி நம்முன் குத்தி திணிக்கப் பட்டது. குண்டுதான் இந்தியா. இந்தியாவே குண்டு. வெறும் இந்தியா அல்ல. இந்து இந்தியா. ஆகவே, அதன் மீதான கண்டனம் எதுவும் தேசவிரோதம் மட்டுமல்ல, இந்து விரோதமும்கூட என்று எச்சரிக்கப்பட்டுள்ளது . . . ஓர் அணு குண்டை வைத்திருப்பதால் அடையும் எதிர்பாராத விளைவு களுள் இது ஒன்று. எதிரியை அச்சுறுத்துவதற்கு மட்டு மல்ல, தன் சொந்த மக்கள்மீதே, நம்மீதே போர் தொடுப் பதற்கும் அதனை அரசாங்கம் பயன்படுத்த முடியும் . . .
>
> ஏன் இதெல்லாம் நமக்குப் பழக்கப்பட்ட மாதிரி தென்படு கிறது? நீங்கள் அவதானித்துக் கொண்டிருக்கும்போதே எதார்த்தம் மௌனத்தில் கரைந்து, பழைய கறுப்பு – வெள்ளை ஊமைத் திரைப்படக் காட்சிகளாக மாறுவதாலா? மக்களை வேட்டையாடி, சுற்றிவளைத்து, முகாம்களில் அடைக்கும் காட்சிகளாக மாறுவதாலா? படுகொலைக் காட்சிகளாக, சித்திரவதைக் காட்சிகளாக, நொடிந்த மக்கள் முடிவிலா வரிசையில் போக்கிடம் தெரியாது போகும் காட்சிகளாக மாறுவதாலா? அங்கு ஏன் ஒலி இல்லை? அவை ஏன்

அமைதியாக உள்ளன? நான் அளவுக்கதிகமாகத் திரைப் படங்கள் பார்த்துள்ளேனா? எனக்குப் பைத்தியமா? நான் சொல்வது சரியா? இக்காட்சிகள், நாம் இயக்கிவைத்த ஒன்றின் தவிர்க்கவியலாத உச்சக்கட்டமாக மாறக் கூடுமா? நமது வருங்காலம் முன்னே பாய்ந்து நமது இறந்தகாலமாக மாறக் கூடுமா?

'நாம்' என்று நான் கூறியது 'இந்து' பெரும்பான்மை யுடன் சேராத அல்லது சாராத நம்மை. 'கடந்த காலம்' 1947இல் நிகழ்ந்த இந்திய துணைக்கண்டப் பிரிவினையைச் சுட்டுகிறது. அப்போது பத்து லட்சம் இந்துக்களும் முஸ்லிம் களும் ஒருவரை ஒருவர் கொன்றார்கள். 80 லட்சம் பேர் அகதிகளானார்கள்.

○○○

2002 பிப்ரவரி மாதத்தில் அயோத்தியிலிருந்து ரயிலில் திரும்பி வந்துகொண்டிருந்த 58 இந்து யாத்திரிகர்கள் உயிருடன் எரிக்கப்பட்டதைத் தொடர்ந்து நரேந்திர மோடி முதலமைச்ச ராக இருந்த குஜராத் மாநிலத்தின் பா.ஜ.க. அரசின் தலைமை யில் கவனத்துடன் வகுக்கப்பட்ட திட்டத்தின்படி அம்மாநில முஸ்லிம்கள் இனப்படுகொலை செய்யப்பட்டார்கள். 9/11 தாக்குதலால் உலகம் எங்கும் ஓங்கிய இஸ்லாமிய விரோதக் காற்று இந்தக் கப்பலை நகர்த்திச் சென்றது. 2,000க்கும் மேற்பட்ட மக்கள் படுகொலை செய்யப்படுகையில், குஜராத் அரசு தரப்புகள் பார்த்துக்கொண்டிருந்தன. கும்பல் கும்பலாகப் பெண்களை வன்புணர்ச்சிக்கு உட்படுத்தி, உயிருடன் எரித்தார் கள். முஸ்லிம்கள் 1,50,000 பேர் தங்கள் வீடுகளிலிருந்து விரட்டப் பட்டார்கள். முஸ்லிம்கள் ஒதுக்கப்பட்டார்கள், தொடர்ந்தும் ஒதுக்கப்பட்டுவருகிறார்கள். சமூகவாரியாகவும் பொருளாதார வாரியாகவும் விலக்கிவைக்கப்பட்டு வருகிறார்கள். குஜராத் மாநிலச் சமூகங்களிடையே என்றென்றும் பதற்றம் நிலவி வந்துள்ளது. முன்னரும் அங்குக் கலகங்கள் நிகழ்ந்துள்ளன. ஆனால் இது ஒரு கலகமல்ல. இது ஓர் இனப்படுகொலை. ருவாண்டா, சூடான், காங்கோ போன்ற நாடுகளில் நிகழ்ந்த பயங்கர இனப்படுகொலைக்குப் பலியானவர்களின் எண்ணிக்கை யுடன் ஒப்பிடுகையில் குஜராத் இனப்படுகொலைக்குப் பலியான வர்களின் எண்ணிக்கை குறைவு. எனினும் குஜராத் படுகொலை ஒரு வெளியரங்கக் காட்சியாக வடிவமைக்கப்பட்டது. அதன் நோக்கம் திட்டவட்டமானது. உலகின் விருப்பத்திற்குரிய ஜனநாயக நாட்டின் அரசாங்கம் முஸ்லிம் மக்களுக்கு விடுத்த எச்சரிக்கையே குஜராத் இனப்படுகொலை.

படுகொலையின் பின்னர் குறிப்பிட்ட நாளுக்கு முன்னரே தேர்தல் நடத்த வற்புறுத்திய நரேந்திர மோடி, குஜராத் மக்களின் ஆசியுடன் மீண்டும் ஆட்சிக்கு வந்தார். ஐந்தாண்டு கள் கழித்து மீண்டும் வென்று ஆட்சியில் நிலைத்தார். தற்போது மூன்றாம் முறையாக அவர் முதலமைச்சராக விளங்கு கிறார். கட்டுப்பாடுகள் இல்லாத வர்த்தகத்தில் (சுதந்திரச் சந்தை யில்) அவர் கொண்ட பற்றை வணிக நிறுவனங்கள் பெரிதும் போற்றி வருகின்றன. எனினும் குஜராத் மக்களை நாம் குறை கூறக் கூடாது. ஏனெனில், நரேந்திர மோடியின் இந்துத்துவ (அணுவாயுத) மருந்துக்கு மாற்றுமருந்து தருவதற்கு அகப்படக் கூடிய ஒரே ஆள் காங்கிரஸ் கட்சி வேட்பாளர் சங்கர்சிங் வகேலாவே. பா.ஜ.க.வின் முன்னாள் முதலமைச்சர் என்ற வகையில் அவர் மனக்குறை மிகுந்தவர். தனது சொந்த (லகுவான, குளறுபடியான) இந்துத்துவ மருந்தையே அவரால் முன்வைக்க முடிந்தது. அந்த மருந்து செயல்படாததில் ஆச்சரியமில்லை.

இக்கட்டுரைத் தொகுப்பில் குஜராத் இனப்படுகொலை பற்றிய முதலாம் கட்டுரையின் தலைப்பு: ஜனநாயகம்: வீட்டில் இருக்கும்போது அவள் யார்? இது 2002 மே மாதம் எழுதப் பெற்றது. கொலைக் கும்பல்கள் தெருவழியே திரிந்து, முஸ்லிம் களைக் கொன்று மிரட்டிய வேளையில் இது எழுதப்பெற்றது. நடப்புநிகழ்வின் ஒட்டுமொத்த இயல்பு பற்றிய கூரிய ஆய்வில் எதிர்கால நிகழ்வுகள் பற்றிய முன்னறிவிப்பு பெரிதும் பொதிந் திருப்பதை நோக்குவது சுவையாக இருக்கும் என்று எண்ணி, வேண்டுமென்றே இக்கட்டுரைகளில் புதிய விவரம் எதையும் நான் சேர்க்கவில்லை. புதிய விவரம் சேர்ப்பதற்குப் பதிலாக, புதிய பின்குறிப்புகளை இணைத்துள்ளேன். எடுத்துக்காட்டாக, குஜராத் இனப்படுகொலை பற்றிய கட்டுரையில் ஒரு பத்தி:

> இந்த ஆண்டுநிறைவுக் கொண்டாட்டத்தை நாம் அடுத்த ஆண்டில் எதிர்பார்க்க முடியுமா? அல்லது, அடுத்த ஆண்டில் வேறொரு தரப்பு விரோதிக்கப்படுமா? வரிசைகிரமமாக ஆதிவாசிகள், கிறிஸ்தவர்கள், சீக்கியர்கள், தலித்துக்கள், பார்சிகள், பௌத்தர்கள் . . . விரோதிக்கப்படுவார்களா? ஜீன்ஸ் அணிவோர் அல்லது ஆங்கிலம் பேசுவோர் அல்லது தடித்த உதடுகள் கொண்டோர் அல்லது சுருட்டைமுடி கொண்டோர் விரோதிக்கப்படுவார்களா? நாம் நீண்ட காலம் காத்திருக்கத் தேவையில்லை.

ஏற்கெனவே 1984இல் இந்திரா காந்தி அவருடைய சீக்கிய மெய்க்காவலர்களால் கொல்லப்பட்டதற்குப் பழிவாங்கும்

விதமாகக் காங்கிரஸ் கட்சித் தலைவர்களின் கீழ் இயங்கிய கும்பல்கள் தில்லியின் தெருக்களில் சீக்கியர்கள் ஆயிரக்கணக்கானோரைப் படுகொலைசெய்தார்கள். பஜ்ரங் தள் என்னும் இந்து துணைப்படையைச் சேர்ந்த குண்டர்கள் 1999 ஜனவரி மாதம் கிரஹாம் ஸ்டெயின்ஸ் என்னும் ஆஸ்திரேலிய போதகரையும் அவருடைய இளம் புதல்வர் இருவரையும் உயிருடன் எரித்தார்கள். இந்து துணைப்படைகள் அங்கும் இங்குமாகக் கிறிஸ்தவர்கள்மீது மேற்கொண்ட தாக்குதல்கள் 2007 டிசம்பர் மாதம் வாக்கில் மும்முரமடைந்தன. குஜராத், கர்நாடகம், ஒரிசா போன்ற மாநிலங்கள் பலவற்றில் கிறிஸ்தவர்கள் தாக்கப்பட்டார்கள். தேவாலயங்கள் எரிக்கப்பட்டன. ஒரிசா மாநிலம், கந்தமல் மாவட்டத்தில் குறைந்தது 16 தலித்து–ஆதிவாசி கிறிஸ்தவர்கள், 'இந்து' தலித் – ஆதிவாசிகளால் கொல்லப்பட்டார்கள். தற்போது பல்லாயிரக்கணக்கான கிறிஸ்தவர்கள் அகதி முகாம்களில் வசிக்கிறார்கள். வெளியே வந்து தங்கள் வயல்களையும் பயிர்களையும் பராமரிக்க அஞ்சி, தங்களைச் சூழ்ந்துள்ள காடுகளில் அவர்கள் மறைந்து திரிகிறார்கள். தலித்களையும் ஆதிவாசிகளையும் 'இந்துக்களாக்கி', தலித்களை ஆதிவாசிகளுக்கு எதிராகவும், ஆதிவாசிகளை தலித்களுக்கு எதிராகவும், தலித்களையும் ஆதிவாசிகளையும் முஸ்லிம்களுக்கு எதிராகவும் மாவோயிஸ்டுகளுக்கு எதிராகவும் ஏவிவிடுவது இந்துத்துவச் செயல்பாட்டின் தலையாய அம்சம். (இச்சமூகங்கள் காடுகளிலும் கனிமவள நிலங்களிலும் வசிப்பவர்கள் என்பது தற்செயலானதல்ல. பன்னாட்டு நிறுவனங்கள் அவற்றில் ஒரு கண் வைத்துள்ளன. அரசாங்கம் காடுகளிலிருந்தும் கனிமவள நிலங்களிலிருந்தும் மக்களை அகற்ற விரும்புகிறது. எனவே இந்து சமூகத்தில் இவர்களை உள்வாங்கும் சாக்கில் இவர்களை இந்துத்துவ முகாம்களில் அடைத்து கட்டுப்படுத்துவதே நோக்கம்.)

தென் மாநிலமாகிய கர்நாடகத்தில் முதன்முதலில் ஆட்சியில் அமர்ந்த பா.ஜ.க. அரசின் பாதுகாப்புடன் 2008 டிசம்பர் மாதம் பெங்களூரு, மங்களூர் நகரங்களில் (இந்தியத் தகவல் தொழில் நுட்பத் துறையின் இதயப்பகுதியில்) ஜீன்ஸ், மேல்நாட்டு ஆடை அணியும் பெண்களைத் தான்தோன்றித்தனமான இந்துக் கும்பல்கள் தாக்கத் தொடங்கின. தாக்குதலுக்கு உள்ளாகும் அச்சம் இன்றுவரை நீடிக்கிறது. கர்நாடகத்தை இன்னொரு குஜராத்தாக மாற்றுவோமென்று இந்துத் துணைப்படைகள் சூளுரைத்துள்ளன. உலகமயமாக்கச் செயல்பாட்டில் இந்திய முன்னோடிகளாக விளங்கும்

கர்நாடகம், குஜராத் போன்ற மாநிலங்களில் பா.ஜ.க. வேரூன்றி யுள்ளது. 'ஒற்றுமைக்கும்', 'வளர்ச்சிக்கும்' இடையே நிலவும் இயல்பான உறவை இது எடுத்துக்காட்டுகிறது. அல்லது, நீங்கள் விரும்பினால், 'பாசிசத்துக்கும்' 'சுதந்திரச் சந்தைக்கும்' இடையே நிலவும் இயல்பான உறவை இது எடுத்துக்காட்டு கிறது என்றும் வைத்துக்கொள்ளலாம்.

2009 ஜனவரி மாதம் பொது நிகழ்ச்சி ஒன்றில் ஒரு முத்தத் துடன் அந்த உறவு உறுதி செய்யப்பட்டது. இந்தியாவின் மிகப் பெரிய கார்ப்பொரேட் நிறுவனங்களான டாடா, ரிலையன்ஸ் ஆகியவற்றின் தலைமை செயலாக்க அதிகாரிகளான ரத்தன் டாடா, முகேஷ் அம்பானி இருவரும் குஜராத் கரிமா – குஜராத் தின் பெருமை – விருதை ஏற்று, குஜராத் இனப்படுகொலையின் சூத்திரதாரியான நரேந்திர மோடியின் வளர்ச்சிக் கொள்கை களைப் பாராட்டி, வருங்கால பிரதமர் பதவிக்கான வேட்பாளராக அவரை உளமார வாழ்த்தினார்கள்.

ooo

இந்நூல் அச்சுக்குச் செல்லும் இவ்வேளையில் ஏறத்தாழ 200 கோடி டாலர் செலவில் 2009ஆம் ஆண்டுக்கான பொதுத் தேர்தல் நடத்தி முடிக்கப்பட்டுள்ளது. இது அமெரிக்கத் தேர்தல் செலவைவிட மிகவும் அதிகம். சில ஊடகச் செய்திகளின் படி உண்மையில் செலவிடப்பட்ட தொகை கிட்டத்தட்ட 1000 கோடி டாலர். இவ்வளவு பணம் எங்கிருந்து வருகிறது என்று யாராவது கேட்கலாமா?

காங்கிரஸ் கட்சியும் அதன் கூட்டணிக் கட்சிகளும் இணைந்த ஐக்கிய முற்போக்குக் கூட்டணி அறுதிப் பெரும்பான்மையுடன் வெற்றிபெற்றுள்ளது. தேர்தலில் போட்டி யிட்ட சுயேச்சை வேட்பாளர்களுள் 90 சதவிகிதத்தினர் தோல்வியடைந்தது கவனிக்கத்தக்கது. புரவலர்கள் இன்றி ஒரு தேர்தலில் வெல்வது கடினம் என்பது தெளிவு. மானிய விலையில் அரிசி, இலவசத் தொலைக்காட்சிப் பெட்டிகள், வாக்களிப்பதற்குப் பணம் போன்றவற்றை அளிப்பதாக சுயேச்சை வேட்பாளர்கள் வாக்குறுதி அளிக்க முடியாது. இவ்வாறு தேர்தல் என்பது ஓர் இழிவான, கீழ்த்தரமான ஈகைச் செயலாக தாழ்ந்துவிட்டது.

எதன் அடிப்படையில் தேர்தல் விளைவுகள் கணிக்கப்படு கின்றன என்பதை நீங்கள் கூர்ந்து நோக்கினால், 'வசதியான', 'பெரும்பான்மை' போன்ற சொற்கள் முற்றிலும் தவறான சொற்களாக மாறாவிட்டாலும், ஏய்க்கும் சொற்களாக

மாறுவதை நீங்கள் கண்டுகொள்வீர்கள். எடுத்துக்காட்டாக, மேற்படி தேர்தலில் ஐக்கிய முற்போக்குக் கூட்டணிக்கு உண்மையில் கிடைத்த வாக்குகளின் எண்ணிக்கை, நாட்டின் மக்கள் தொகையில் 10.3 சதவிகிதமே! தேர்தல்வழி ஜனநாயகத்தின் கெட்டிக்காரக் கணக்கு, சிறுபான்மை வாக்குகளைக்கூட ஆட்சிகோருவதற்கான உரிமையாக மாற்றிவிட்டது கவனத்துக் குரியது. சிறுபான்மை ஒன்று, பேராணையுடன் கூடிய பெரும் பான்மையாக மாறுவது கவனிக்கத்தக்கது. எவ்வாறாயினும், காழ்ப்பின் திருவுருவமாகிய எல்.கே. அத்வானி அல்ல, தன் வாழ்நாளில் ஒரு தேர்தலிலும் வெல்லாத, சந்தைச் சீர்திருத்தங் களின் மென்மையான சூத்திரதாரியாகிய டாக்டர் மன்மோகன் சிங்கே இரண்டாம் முறையாகவும் உலகின் மிகப்பெரிய ஜனநாயக நாட்டின் பிரதமர் ஆவார்.

தேர்தல் பிரசாரம் சூடுபிடித்த வேளையில் பொருளாதாரச் ‘சீர்திருத்தங்கள்’ குறித்து அனைத்துக் கட்சிகளுக்கும் இடையே கருத்தொருமை நிலவியது. காங்கிரசும் பா.ஜ.க.வும் கூட்டுச் சேரலாமே என்று பா.ஜ.க.வின் முன்னாள் சித்தாந்தியும் ராம் ஜன்மபூமி இயக்கத்தின் பிதாமகருமாகிய கோவிந்தாச்சாரியா கேலியாக யோசனை கூறினார். சில மாநிலங்களில் அவை ஏற்கெனவே கூட்டுச்சேர்ந்துள்ளன. எடுத்துக்காட்டாக சத்தீஷ்கர் மாநில அரசாங்கத்தை பா.ஜ.க. நடத்துகிறது; அரசாங்க ஆதரவுடன் கூடிய சல்வா ஜுடும் எனப்படும் ‘மக்கள்’ துணைப் படையை காங்கிரஸ் அரசியல்வாதிகள் நடத்துகிறார்கள். சல்வா ஜுடும் துணைப்படையும் அரசாங்கமும் காடுகளில் வசிக்கும் மாவோயிஸ்டுகளுக்கு எதிராகக் கூட்டணி அமைத் துள்ளன. உருக்குத் தொழிற்சாலைகள் அமைத்து, இரும்புத் தாது, தகரத்தாது வகைகளையும் வனப்பகுதியின் கீழே மண்டிக்கிடக்கும் பிற தாதுச்செல்வம் முழுவதையும் தோண்டு வதற்கு ஆயத்தமாகக் காத்திருக்கும் கார்ப்பொரேட் நிறுவனங் களின் நில அபகரிப்புக்கு எதிராகவும், குடிபெயர்ப்புக்கு எதிராக வும் மாவோயிஸ்டுகள் பயங்கரமான ஆயுதப் போராட்டத்தில், பெரிதும் மூர்க்கமான ஆயுதப் போராட்டத்தில் ஈடுபட்டுள் ளார்கள். ஆதலால் இந்தியாவின் மிகப்பெரிய அரசியல் கட்சிகள் இரண்டும் சத்தீஷ்கர் மாநிலத்து தாண்டேவாடா மாவட்ட ஆதிவாசிகளுக்கு எதிராக, இந்தியாவிலேயே மிகவும் ஏழ்மைப்பட்டு நலிந்த ஆதிவாசிகளுக்கு எதிராகக் கூட்டணி அமைத்துள்ளன. ஏற்கெனவே 644 கிராமங்கள் காலியாக்கப் பட்டுவிட்டன. 50,000 பேர் சல்வா ஜுடும் முகாம்களுக்கு இடம் பெயர்ந்துள்ளார்கள். 3,00,000 பேர் காடுகளில் மறைந்து வாழ்கிறார்கள். அவர்களே மாவோயிஸ்டுகள் அல்லது

மாவோயிச ஆதரவாளர்கள் எனப்படுகிறார்கள். போர் ஓங்கி வருகிறது. கார்ப்பொரேட் நிறுவனங்கள் காத்திருக்கின்றன.

சமீபத்தில் விடுதலைப் புலிகளுக்கு எதிரான தாக்குதலில் இலங்கை அரசாங்கம் போர்க்குற்றங்கள் புரிந்திருக்கலாம் என்பது குறித்து சர்வதேச விசாரணை நடத்தக் கோரி ஐக்கிய நாடுகள் அவையில் ஐரோப்பிய நாடுகள் இட்ட முன்மொழிவை தடுத்துநிறுத்திய நாடுகளுள் இந்தியா ஒன்று என்பது குறிப்பிடத் தக்கது. இப்பிராந்தியத்தில் ஆட்சிபுரியும் அரசாங்கங்கள் 'பயங்கரவாதிகளை' எதிர்கொள்வதற்கு – ஊடகங்களை வெளியே விரட்டிவிட்டு உட்புகுந்து கொல்வதற்கு – இஸ்ரேலின் காசா – திட்டமே நல்ல உத்தி என்பதைக் கண்டறிந்துள்ளன. அப்படிச் செய்தால், யார் 'பயங்கரவாதி', யார் 'பயங்கரவாதி' அல்ல என்பதைப் பற்றி எல்லாம் அவர்கள் அலட்டிக்கொள்ளத் தேவையில்லை. ஆம், சர்வதேச சீற்றம் காதில் சற்று விழக் கூடும். எனினும், வெகுவிரைவில் அது தணிந்துவிடும்.

சத்தீஷ்கர் காட்டுவாசிகளுக்கு விடிவு பிறக்கும் சகுனம் எதுவும் தென்படவில்லை.

இவ்வாறு அரசியல் கட்சிகளுக்கு இடையில் 'ஆக்கபூர்வ மான' ஒத்துழைப்பும் கருத்தொருமையும் நிலவுவதால், அண்மையில் நிகழ்ந்த பொதுத்தேர்தலில் கார்ப்பொரேட் நிறுவனங்களைவிட அதிகமாக மற்றவர்கள் யாரும் ஆர்வம் கொள்ளவில்லை. வேறு வழியில் கிடைக்கும் ஆணை எதையும் விட ஜனநாயக வழியில் கிடைக்கும் ஆணையைக் கொண்டு தமது சூறையாட்டத்தை நன்கு நியாயப்படுத்த முடியும் என்பதை அவை புரிந்துகொண்டுள்ளன. கார்ப்பொரேட் நிறுவனங்கள் பலவும் மிகுந்த செலவில் தொலைக்காட்சி விளம்பரங்கள் மூலம் பிரசாரம் செய்தன. சில கார்ப்பொரேட் நிறுவனங்கள் இந்தித் திரைப்படத் நட்சத்திரங்களைத் தொலைக்காட்சியில் தோன்றச்செய்து, அவர்களைக் கொண்டு இளைஞர்களையும் முதியோரையும் வறியோரையும் செல்வரை யும் சென்று வாக்களிக்கும்படி தூண்டின. தில்லியில் மிகவும் புதிய பாணியிலமைந்த கான் மார்க்கெட்டில் உள்ள கடைகளும் சிற்றுண்டியகங்களும், சுட்டுவிரலில் (வாக்களித்ததற்கு அடையாளமாக) அழியா மையுடன் வரும் வாடிக்கையாளருக்கு விலைக்கழிவு கொடுத்தன. திடீரென ஜனநாயகம் தலைசிறந்த மார்க்கமாகியது. அது எத்தகைய ஜனநாயகம் என்பது உங்களுக்குத் தெரியும்: சீனர்கள் விளையாட்டில் ஈடுபடுகிறார் கள். ஆதலால் அவர்களுக்கு ஒலிம்பிக் பதக்கம் கிடைக்கிறது. இந்தியா ஜனநாயகத்தில் ஈடுபடுகிறது. ஆதலால் நமக்கொரு

தேர்தல் கிடைத்தது. விளையாட்டு, தேர்தல் இரண்டுக்கும் மிகுந்த உபயம் கிடைக்கிறது. இரண்டும் தொலைக்காட்சியில் பார்ப்பதற்கு உகந்த விளையாட்டுகளே.

பி.பி.சி. இந்தியத் தேர்தல் சிறப்பு ரயிலில் ஒரு பெட்டியை அமர்த்தி, உலகம் முழுவதிலிருந்தும் வந்திருந்த செய்தியாளர்கள் நமது அதிசய இந்தியத் தேர்தலைக் கண்டுகளிக்கும் வண்ணம் அவர்களை ஒரு சுற்றுலா பாணியில் அது கொண்டு திரிந்தது. அந்த ரயில் பெட்டியில் ‘இந்திய வாக்காளர்கள் உலகின் நல்விளைவுகளுக்குப் புத்துயிரூட்டுவார்களா?’ என்னும் அறைகூவல் பொறிக்கப்பட்டிருந்தது. எனது வீட்டுக்கு அருகில் உள்ள கபேயில் ஒட்டப்பட்ட பி.பி.சி. (இந்தி) சுவரொட்டியில் (பெஞ்சமின் பிராங்ளின் தலை பொறித்த) 100 டாலர் தாள் (காந்தி தலை பொறித்த) 500 ரூபாய் தாளாக உருமாறும் சாயை காணப்பட்டது. ‘இந்திய வாக்காளர்கள் உலக நாணயத் தாள்களை மீட்டுத்தருவார்களா?’ என்ற கேள்வி அந்தச் சுவரொட்டியில் பொறிக்கப்பட்டிருந்தது. இவ்வாறு அப்பட்டமான முறையில், மானங்கெட்ட முறையில் இந்தியத் தேர்தல் – களம் ஒரு சந்தையாக மாற்றப்பட்டுள்ளது. வாக்காளர்கள் நுகர்வோராக மாற்றப்பட்டுள்ளார்கள். ஜனநாயகம், சுதந்திரச் சந்தையுடன் சேர்த்து ஒட்டப்பட்டு வருகிறது. ஆகவே நுகர முடியாதவர்கள் பொருட்டானவர்கள் அல்லர்.

இந்தத் தேர்தலில் ஐக்கிய முற்போக்குக் கூட்டணி பெற்ற வெற்றி எதை உணர்த்துகிறது? எண்ணற்ற விஷயங்களை அது வெளிப்படையாகவே உணர்த்துகிறது. பற்பல வாதப் பிரதிவாதங்களுக்கு அது இடங்கொடுக்கிறது. இந்தியத் தேர்தலுக்கு செம்மையான அர்த்தம்கொள்வது, மாயவித்தைக்கு செம்மையான அர்த்தம்கொள்வது போன்றது. சாவடிக்குச் சாவடி அறவே வேறுபடும் உள்ளூர்ப் பிரச்சனைகள், சாதி, சமூக கணக்குகள் என்பவற்றுள் சிக்குண்ட வாக்குகளுடன் தொடர்புடைய தேர்தல் அது. இதை வைத்துப் பெரிய முடிவு எதையும் உறுதிபட எடுத்துச்சொல்ல முடியாது. எனினும் ஒரு விஷயத்தை நாம் கருத்தில் கொள்ளலாம்.

தனது பொருளாதாரக் கொள்கைகளால் விளைந்த கேட்டைத் தணிப்பதற்காக முன்னாள் காங்கிரஸ் அரசு தனது ஆட்சிக்காலத்தில் மூன்று முற்போக்கான நாடாளுமன்றச் சட்டங்களை நிறைவேற்றியது (அவை பாமர மக்களை ஈர்ப்பதற்கானவை, சர்ச்சைக்குரியவை என்கிறார்கள் திறனாய்வாளர்கள்): காட்டுரிமைச் சட்டம் (காட்டுவாசிகளுக்குச் சட்ட

பூர்வமான நில உரிமை, வழக்கப்படி காட்டு விளைபொருள் பயன்படுத்தும் உரிமை அளிக்கும் சட்டம்); தகவல் உரிமைச் சட்டம்; அனைத்துக்கும் மேலாக, தேசிய கிராமிய வேலை வாய்ப்பு உத்தரவாதச் சட்டம். ஒவ்வொரு கிராமியக் குடும்பத் துக்கும் ஓராண்டுக்கு குறைந்தபட்சக் கூலியுடன் 100 நாள் வேலை கொடுக்க இந்த மூன்றாம் சட்டம் உத்தரவாதம் அளிக்கிறது. அதாவது ஓராண்டுக்கு ஒரு குடும்பத்துக்குச் சராசரியாக 8,000 ரூபாய் வழங்குவதற்கான உத்தரவாதம் இது. ஓர் உணவகத்தில் வைன், பழவகை, சிற்றுண்டியுடன் ஒருதடவை வயிறார உண்பதற்குப் போதுமான தொகை இது.

திடுதிப்பென்று தங்கள் நிலங்களையும் பிழைப்புகளையும் இழந்து தடுமாறும் லட்சக்கணக்கான மக்களின் துயர்துடைக்க இவ்வளவு சிறிய தொகைதான் கிடைக்கும் என்றால், அவர்கள் எப்படிப்பட்ட நரக வாழ்வு வாழ வேண்டியுள்ளது என்பதைச் சற்று சிந்தித்துப் பாருங்கள். (மேசையிலிருந்து கீழே விழும் பருக்கைகள் பற்றிப் பேசுவதா? பருக்கைகளைப் பொறுக்கு வதைவிட, பொறுக்காதிருப்பதே மேலானது என்று வாதாடும் துணிவோ உரிமையோ நம்மில் யாருக்கு இருக்கிறது? அல்லது, ஒரு பொருட்டல்லாத தேர்தலைவிடத் தேர்தலே இல்லாமல் இருப்பது மேலானது என்று வாதாடும் துணிவோ உரிமையோ நம்மில் யாருக்கு இருக்கிறது?) பருக்கைகள், சம்பந்தப்பட்ட மக்களைச் சென்றடையும் வண்ணம் இந்தச் சட்டத்தைச் செயல்படுத்துவதில் இந்தியாவின் தலைசிறந்த சமூகப் போராளிகள் சிலர் மிகுந்த பற்றுறுதியுடன் கடந்த பல ஆண்டு களாகத் தங்கள் நேரம், ஆற்றல் முழுவதையும் செலவிட்டு, பாடுபட்டு வருகிறார்கள். ஊழலில் தோய்ந்த அரசாங்க அதிகாரி கள், அரசியல் தரகர்கள், இடைநடுவர்கள் உள்ளடங்கிய அணிகள் பலவற்றுடனும் அவர்கள் மல்லாட வேண்டியிருந் தது. அச்சுறுத்தலுக்கும், கணிசமானளவு வன்முறைக்கும் அவர்கள் உள்ளாகியிருக்கிறார்கள். ஜார்க்கண்ட் மாநிலத்தில் இத்தகைய அநீதிகள் அனைத்தையும் கண்டு சீற்றமும் விரக்தியும் அடைந்த கிராமியப் போராளி ஒருவர் தீக்குளித்தார்.

ஐக்கிய முற்போக்குக் கூட்டணிக்கு இடதுசாரி முன்னணி யும் சோனியா காந்தியும் நிர்ப்பந்தம் கொடுத்தபடியால்தான் தேசிய கிராமிய வேலைவாய்ப்பு உத்தரவாதச் சட்டம் நாடாளு மன்றத்தில் நிறைவேறியது! காங்கிரஸ் கட்சிக்குள் சுதந்திரச் சந்தையை ஆதரித்த சீமான்களின் கடுமையான எதிர்ப்பை யும் மீறியே அது நிறைவேறியது. கார்ப்பொரேட் ஊடகங்கள்

ஏறத்தாழ ஏகமனதாக இச்சட்டத்துக்கு எதிர்ப்புத் தெரிவித்தன. எனினும் தேர்தல் வந்தபோது இந்தச் சட்டம் காங்கிரஸ் கட்சியின் தலையாய பிரசார ஆயுதமாக மாறியதை இங்குக் குறிப்பிடத் தேவையில்லை. மிகவும் வறிய மக்களிடையே இச்சட்டம் தோற்றுவித்த நல்லெண்ணம், காங்கிரஸ் கட்சிக்கான வாக்குகளாக மாறியதில் ஐயமில்லை. எனினும் தேர்தல் முடிவுற்ற இந்த வேளையில், எத்தகைய கொள்கைகளைத் தணிப்பதற்காக இச்சட்டம் நிறைவேற்றப்பட்டதோ அத்தகைய கொள்கைகளால்தான் வெற்றி கிடைத்ததாக வலியுறுத்தப்படுகிறது! 'மக்களின்' ஆணையைத் தங்கள் சொந்த ஆணையாக வரித்துக்கொள்ள தொழிலதிபர்கள் தாமதிக்கவில்லை. தேர்தல் முடிவுற்ற அடுத்த நாள் 'அது சுதந்திரச் சந்தை நோக்கிப் பாய விடுக்கப்பட்ட அவசர ஆணை' என்று வணிகச் செய்தித்தாள்கள் கூவின. 'சீர்திருத்தங்களுக்கான வாக்கு' என்கிறது *India Inc.*

இதைவிடப் பெரிய முரண் நகை: இடதுசாரிகளின் வஞ்சகம். நாடாளுமன்ற அரசியல் கட்சிகள் அனைத்தையும் போல் வஞ்சகம் புரியும் இயல்பை ஏற்று இடதுசாரிக் கட்சி முற்றிலும் வலது பக்கம் திரும்பியது. மத்திய அரசாங்கம் கடைப்பிடிக்கும் பொருளாதாரக் கொள்கைகளை இடதுசாரி கட்சி கண்டித்த அதேவேளையில் தனது சொந்த களமான மேற்கு வங்காளத்தில் அத்தகைய கொள்கைகளையே அது நிலைநாட்ட முயன்றது. நந்திகிராம் மாவட்டத்தில் ஒரு ரசாயனத் தொழிற்சாலையும், சிங்கூரில் டாட்டா கார்ப்பொரேட் நிறுவனத்தின் நானோ தொழிற்சாலையும், புருலியா – லால்கார் காட்டில் ஜிண்டால் கார்ப்பொரேட் நிறுவனத்தின் உருக்குத் தொழிற்சாலையும் அமைக்கப்படும் என்று அது அறிவித்தது. அதற்காக வளமிக்க விவசாய நிலங்களைக் கிட்டத்தட்ட துப்பாக்கி முனையில் அது அபகரிக்கத் தொடங்கியது. அதைத் தொடர்ந்து எழுந்த தீவிரக் கிளர்ச்சிகளைத் துப்பாக்கிச்சூடு, தடியடி ஆகியவற்றின் மூலம் அடக்கியது. 'கட்சியின்' தறிகெட்ட உதிரித் துணைப்படையினர் கிளர்ச்சியாளர்களிடையே புகுந்து, பெண்களைப் பாலியல் வல்லுறவுக்குட்படுத்தி, மக்களைக் கொன்றார்கள். இறுதியில் மக்கள் பெரிய அளவில் தன்னெழுச்சியாக அணிதிரண்டு மேற்கொண்ட தீவிரப் போராட்டம் பயனளித்தது. மக்கள் வென்றனர். மூன்று போராட்டங்களிலும் மக்களே வெற்றிபெற்றனர். அரசாங்கத்தை அவர்கள் பின்னடைய வைத்தனர். டாட்டா அதன் நானோ தொழிற்சாலையை குஜராத்துக்கு, 'சிறந்த முதலீட்டுச் சூழலை' வழங்க முன்வந்த குஜராத்துக்கு – பாசிசத்தின் ஆய்வுக்

கூடத்துக்கு – நகர்த்தியது. பின்னர் மேற்கு வங்காளத்தில் நடந்த தேர்தலில் இடதுசாரி முன்னணி மண்கவ்வியது. கடந்த முப்பது ஆண்டுகளில் நடவாத ஒன்று.

அந்த முரண் நகை அத்துடன் முடிவடையவில்லை. இடதுசாரி முன்னணியின் தோல்விக்கு, அது முன்னேற்றத் துக்குத் தடங்கல் விளைவித்ததே காரணம், அபிவிருத்திக்கு எதிரான கொள்கைகளை அது கடைப்பிடித்ததே காரணம் என்று கூறப்படுகிறது! இது நயவஞ்சகமான, கெட்டிகாரத் தனமான சூழ்ச்சி. 'இடதுசாரித் தரப்பு இல்லாத சூழ்நிலை யில் கார்ப்பொரேட் நிறுவன அதிபர்கள் மிகவும் நிம்மதி அடைகிறார்கள்' என்று செய்தித்தாள்கள் தெரிவித்தன. 'கோடை இன்பம்' நோக்கிப் பங்குச்சந்தை பொங்கியது. தலைமைச் செயலாக்க அதிகாரிகள் (CEOs) தொலைக்காட்சி நிகழ்ச்சிகளில் தோன்றி, இடதுசாரித் தரப்பிலிருந்து 'விடுதலை' பெற்றுக்கொடுத்த புதிய அரசாங்கத்தைக் கொண்டாடினார் கள். ஐக்கிய முற்போக்குக் கூட்டணிக்குள் சோஷலிஸ்டுகள் பதுங்கியிருந்தாலொழிய, சீர்திருத்தங்களைச் செயல்படுத் தாமல் மழுப்புவதற்கு இனிமேல் அக்கூட்டணிக்கு எத்தகைய சாக்குப்போக்கும் கிடையாது என்று செய்திமான்கள் கொக்கரித் தார்கள்.

இதுவே ஜனநாயக அதிசயம்: அது எவ்வாறு பொருள்பட வேண்டுமென்று விரும்புகிறீர்களோ அவ்வாறே பொருள்பட வல்லது.

முக்கிய அரசியல் அரங்கில் உண்மையான இடதுசாரிக் கட்சி எதுவும் இல்லாத நிலை கொண்டாடத்தக்கதல்ல. எனினும் நாடாளுமன்ற இடதுசாரித் தரப்பு தனது தலையில் தானே மண்ணை அள்ளிக்கொட்டியது என்பதை நாம் மறந்து விடக் கூடாது. அது வெட்டிக் குறுக்கப்பட்டது ஒரு பேரிடி அல்ல. உண்மையான முற்போக்கு அரசியல் ஓங்குவதற்கு இது வழிவகுக்கக்கூடும்.

ஒரு வாதத்துக்காக, India Inc-ம் தொழிலதிபர்களும் கூறுவது சரி என்ற அபத்தத்தை, சந்தைச் 'சீர்திருத்தங்கள்' விரைவுபடுத்தப்படுவதை ஆதரித்தே லட்சக்கணக்கானோர் வாக்களித்தார்கள் என்ற அபத்தத்தை ஏற்றுக்கொண்டு அதை எண்ணிப் பார்ப்போம். அது நல்ல சேதியா, கெட்ட சேதியா? லட்சக்கணக்கானோர், உலகத்துக்கு எதையோ உணர்த்த விரும்பிய லட்சக்கணக்கானோர், வேறொரு கற்பனையும் உலக நோக்கும் வளம்பேணும் வாழ்க்கை முறையும் கொண்ட லட்சக்கணக்கானோர், இகழப்பட்ட சித்தாந்தம் ஒன்றை,

இப்பூவுலகை ஒரு நெருக்கடிக்குள் தள்ளிய சித்தாந்தம் ஒன்றை, என்றுமே மீள்வதற்கு இடங்கொடாது பீடிக்கக்கூடிய நெருக்கடிக்குள் தள்ளிய சித்தாந்தம் ஒன்றை ஆரத்தழுவ முடிவு செய்துள்ளார்கள் என்ற சேதியை நாம் கொண்டாட வேண்டுமா?

காடுகள் ஒழிந்த பின்னர் காட்டுரிமைகளால் என்ன பயன்? நமது குறை தீர்க்க மருந்தில்லை என்றால் தகவல் உரிமை யால் என்ன பயன்? நீரற்ற ஆறுகளால் என்ன பயன்? நீர்பாய்ச்சி வளம்பேணும் மலைகள் இல்லாத வெளிகளால் என்ன பயன்? செங்குத்துப் பாறையிலிருந்து பிரேக் பிடிக்காத பேருந்தில் கீழ்நோக்கி உருண்டோடும் வேளையில் என்ன பாட்டு பாட வேண்டுமென்று நாம் சண்டையிடுவது போலவே தெரிகிறது.

'ஜெய் ஹோ' பாடலாமா?

ooo

எவ்வாறாயினும், 'வளர்ச்சி' திட்டங்கள் உருவாக்கப் படுவதையும் செயல்படுத்தப்படுவதையும் 2009 தேர்தல் உறுதிப் படுத்தியுள்ளது போலவே தென்படுகிறது. எனினும், 'ஒற்றுமை' என்பது கைநழுவிப் போய்விட்டது என்று நம்புவது பெரும் தவறு.

2009இல் தேர்தல் – பிரசாரம் ஓங்கியபோது ஊடகங்களில் இரு விஷயங்கள் திகட்டத் திகட்ட வெளியாயின. ஒன்று: 100,000 ரூபாய் விலையில் 'மக்கள் கார்' நானோ – மேல்மக்க ளுக்கான வாகனம். மோடியின் குஜராத்திலிருந்து வெளிவருவது. (மோடியை ரதன் டாட்டா உளமாரப் புகழ்ந்துரைத்ததற்கு, டாட்டாவுக்கு மோடி வழங்கிய தாம்பூலம், மானியம் என்பனவே பெரிதும் காரணம்.) மற்றது: பா.ஜ.க.வில் புதிதாக அரங்கேற்றம் கண்ட கோர மனிதரான வருண் காந்தியின் குரோத உரை (நேரு வம்சத்தில் ஓங்கிய பிறிதொரு வழித்தோன்றலின் குரோத உரை.) நரேந்திர மோடியையே ஒரு மிதவாதியாக தென்படச் செய்பவர் அவர். முஸ்லிம்களைப் பலவந்தமாக மலடாக்க வேண்டுமென்று அவர் பகிரங்கமாக உரையாற்றினார்: 'இது இந்துக் கோட்டையாக அறியப்படும். (சுன்னத்துச்செய்த ஒருவரை இகழும் சொல்லைப் பயன்படுத்தி) **** முஸ்லிம் எவரும் இங்கு தலைகாட்டத் துணியமாட்டார்கள். எனக்கு முஸ்லிம் வாக்கு ஒன்றுகூட வேண்டாம்.'

வருண் காந்தி ஒரு நவீன அரசியல்வாதி. ஜனநாயக முறைமையை அவர் கையாண்டு வருகிறார்! பெரும்பான்மை

யைத் தோற்றுவிக்கவும், தனது வாக்கு வங்கியை ஒன்று திரட்டவும் தன்னால் இயன்ற அனைத்தையும் அவர் செய்து வருகிறார். கார்ப்பொரேட் நிறுவனத்துக்குப் பெரிய சந்தை தேவைப்படுவது போலவே அரசியல்வாதிக்கு வாக்குவங்கி தேவை. இரு தரப்புகளுக்கும் பொது ஊடகங்கள் தேவை. கார்ப்பொரேட் நிறுவனங்கள் ஊடகங்களின் உதவியை விலை கொடுத்து வாங்குபவை. அரசியல்வாதியோ ஊடகங்களின் உதவியை ஈட்டிக்கொள்ள வேண்டியவர். சிலர் அரும்பாடுபட்டு அதை ஈட்டிக்கொள்கிறார்கள். பிறர் ஆபத்தான கரணவித்தை காட்டி அதை ஈட்டிக்கொள்கிறார்கள். வருண் காந்தியின் குரோத உரை நாடெங்கும் செய்தித் தலைப்புகளில் இடம்பெற்றன. (தேர்தல் ஆணையத்தின் நடத்தை விதிக்கோவையை மீறிய தற்காக) அவர் சிறையிருந்தவர். நீதிமன்ற உத்தரவால் அவருடைய சிறைவாசம் குறுக்கப்பட்டது. அவருடைய குறுங் காலச் சிறைவாசத்தால் அவர் சுடச்சுட ஒரு தியாகியாய் மாறினார். கட்சியின் மூத்த தலைவர்கள் (மக்கள் பார்க்கும் வண்ணம் தொலைக்காட்சியில் தோன்றி) மிருதுவாக அவருடைய மூர்க்கத்தனத்தைக் கடிந்ததுண்டு. அதேவேளை நரேந்திர மோடியைச் சுமந்துதிரிந்தது போலவே பா.ஜ.க.வின் தலையாய பிரசாரகராக வருண் காந்தியையும் ஹெலிகாப்ட ரில் அழைத்துச் சென்று அவருடைய முரட்டுக் கவர்ச்சியைத் தேர்தல் – தொகுதிகளில் பயன்படுத்தினார்கள்.

வருண் காந்தி மாபெரும் பெரும்பான்மையுடன் தேர்தலில் வெற்றிபெற்றார். ‘மக்கள்’ செய்வது எப்போதும் சரியாகுமா? என்று நீங்கள் வியக்கக் கூடும். நடந்துமுடிந்த தேர்தலில் பா.ஜ.க. சில தீர்க்கமான வெற்றிகளையும் பல தீர்க்கமான தோல்விகளையும் பெற்றுள்ளது. அதிலிருந்து அது என்ன பாடங்களைக் கற்றுக்கொள்ளும் என்பதை எண்ணிப்பார்க்கை யில் கவலை ஏற்படுகிறது. அது வெற்றிபெற்ற பல தொகுதி களில் குரோதப் பேச்சு (அத்துடன் குரோதச் செயல்) அதற்குக் கைகொடுத்தது. நாட்டில் இரண்டாம் மிகப்பெரிய அரசியல் கட்சியாக அது விளங்குகிறது. நாடு முழுவதும் பெரிய அளவில் அதன் உறுப்பினர்கள் நிலைபெற்றுள்ளார்கள். காங்கிரஸ் கட்சியை எதிர்கொள்ளும் வல்லமை படைத்தது அது. எனவே பா.ஜ.க. இன்று போய் நாளை வருவது உறுதி. பா.ஜ.க. உலையைத் தூண்டுமா, தணிக்குமா? நாம் விடை காண வேண்டிய கேள்வி இதுவே.

அதேவேளை வேற்றுமை பாராட்டும் அரசியலுக்கான பழி முழுவதையும் பா.ஜ.க.வின் மீது சுமத்துவது வெறுங்

கேலிக்கூத்தாகவே முடியும். அணுவாயுதப் பரிசோதனைகள், பாபர் மசூதியின் பூட்டுகளைத் திறந்துவிடுதல், சாதிகளுக்கும் சமூகங்களுக்கும் இடையே பிளவுகளை உண்டாக்கி, அவற்றை ஒன்றுடன் ஒன்று மோதும்படி ஏவிவிடுதல், பிற்போக்கான சட்டங்களை நிறைவேற்றல்... அனைத்தையும் தொடங்கி வைத்தது காங்கிரஸ் கட்சியே. தொடர்ந்தும் அவ்வாறு செயல் பட அது தயங்கியதில்லை. கடந்த காலத்தில் இரண்டு கட்சி களும் படுகொலைகளைப் பயன்படுத்தி அரசியல் அனுகூலம் அடைந்ததுண்டு. சிலவேளைகளில் அவை நெறிபிறழ்ந்து கொலைவிருந்துண்டு களித்ததுண்டு. சிலவேளைகளில் பெரிய படுகொலைகளில் ஈடுபடுவதாக ஒன்றை ஒன்று அவை குற்றஞ் சாட்டியதுண்டு. இந்தத் தேர்தலில் காங்கிரஸ், பா.ஜ.க. ஆகிய இரண்டு கட்சிகளும் பகிரங்கமான பெரிய படுகொலைகளில் தொடர்புகொண்டவர்களை ஆணவத்துடன் தேர்தலில் நிறுத்தின. எந்தக் கட்டத்திலும் குற்றவாளிகள் தண்டிக்கப் படும் வகையிலோ, நீதி வழங்கப்படும் வகையிலோ அவை நடவடிக்கை எடுத்ததில்லை. கயமைத்தனமான குற்றச்சாட்டு களை அவை பகிரங்கமாகப் பரிமாறியதுண்டு. எனினும் கடும் விளைவுகளுக்கு உள்ளாகாதவாறு ஒன்றை ஒன்று பாதுகாப்ப தில் இன்றுவரை அவை அந்தரங்கமாய் ஒத்துழைத்து வந்துள்ளன.

இறுதியில் இப்படுகொலைகள் இந்தியாவின் சிக்கல் நிறைந்த நீதிமுறைக்குள் அகப்பட்டுக் கொள்கின்றன. அவை அங்கே கிடந்து நுரைத்து, நொதிக்க விடப்படுகின்றன. பிறகு அவை உருட்டிப் புரட்டி எடுக்கப்பட்டு, அடுத்த தேர்தலில் பிரசாரச் சரக்காகப் பயன்படுத்தப்படுகின்றன. இது முழுவதும் இந்திய ஜனநாயக வழிமுறையில் ஓர் அங்கமே என்று நீங்கள் கூறக்கூடும். ஆம், ரயிலின் சன்னல் வழியாக இவற்றை எல்லாம் பார்ப்பது கடினமே. காங்கிரஸ் கட்சிக்கு இளங்குருதி ஏற்றப் பட்டுள்ளது. அதன் பழைய வழிமுறைகளை அது மாற்றி அமைக்குமா என்பதைப் பொறுத்திருந்துதான் பார்க்க வேண்டும். நரைதிரையுடன் கூடிய இந்திய ஜனநாயகக் கட்டமைப்புகள் — நீதித்துறை, காவல்துறை, 'சுதந்திர' ஊடகங் கள், தேர்தல்கள் முதலியவை — குறுக்கிட்டு கட்டுப்படுத்தும் அமைப்புகளாகச் செயல்படுவதை விடுத்து, பெரிதும் எதிர் மாறாகவே செயல்படுகின்றன என்பதை இந்த நூலில் உள்ள கட்டுரைகள் புலப்படுத்தும். ஒற்றுமை, முன்னேற்றம் என்பவற் றின் பரந்தகன்ற நலன்களை மேம்படுத்துவதில் அவை ஒன்றுக்கொன்று துணைநிற்கின்றன. எச்சரிக்கை விடுக்க எழுப்பப்படும் குரல்களே இரைச்சலின் அங்கமாய் மாறும்

வகையில் அவை குழப்பமும் இரைச்சலும் விளைவிக்கின்றன. சகிப்பும் தள்ளாட்டமும் வண்ணமும் சற்றுக் குழப்பமும் மிகுந்த ஜனநாயகத்தின் மானத்தை மேம்படுத்துவதற்கு மட்டுமே அவை துணைநிற்கின்றன. இந்தக் குழப்பம் உண்மையானது என்பதே பெரும்பாலானோரது கருத்து.

ooo

நம் காலத்துப் பைத்தியக்காரத்தனத்துக்கு, உலகிலேயே மிகவும் உயரமான போர்க்களமாகிய சியாச்சென் பனிச்சிகரம் மிகவும் பொருத்தமான உருவகம் ஆகலாம். வெப்பநிலை மைனஸ் 40 டிகிரி செல்சியஸ் வரை தாழ்ந்து, குளிர் காற்று பலமாக வீசும் அப்பகுதியில் ஆயிரக்கணக்கான இந்திய, பாகிஸ்தானியப் படையினர் குவிக்கப்பட்டுள்ளார்கள். அங்கு உயிரிழந்த நூற்றுக்கணக்கான படையினருள் பலரும் குளிரால், உறைபனியால், வெயில் கொடுமையால் உயிரிழந்தவர்களே. சியாச்சென் பனிச்சிகரம் தற்போது ஒரு குப்பைக்களமாக மாறியுள்ளது. போரின் எச்சமிச்சங்கள், படையினரால் பயன் படுத்தப்பட்ட ஆயிரக்கணக்கான பீரங்கிக் குண்டுகளின் வெற்றுக் கூடுகள், வெற்று எண்ணெய்ப் பீப்பாய்கள், பனிக்கோடரிகள், படையினரின் பழைய காலணிகள், கூடாரங்கள், பிற கழிவுகள் அனைத்தும் அங்குச் சிதறுண்டு கிடக்கின்றன. உறைபனிப் பகுதியில் போடப்படும் இப்போர்க்குப்பை மனித மடத்தனத்தின் அப்பழுக்கற்ற நினைவுச்சின்னமாய்த் திகழ்கிறது. இந்திய, பாகிஸ்தானிய அரசுகள் உயர்புலப் போருக்கான ஆயுதங் களுக்கும் படைநகர்வுகளுக்கும் கோடிக்கணக்கான டாலர்களைச் செலவழிக்கையில், போர்க்களம் உருகத் தொடங்கி இப்போது கிட்டத்தட்ட அரைவாசியாக ஒடுங்கியுள்ளது. இந்தப் பனி உருகுவதற்கு ராணுவங்கள் அங்கு நிறுத்தப்பட்டதல்ல காரணம், அதற்குக் காரணமானவர்கள் பூமியின் மறுபாதியில் சொகுசு வாழ்க்கை வாழ்ந்து வருகிறார்கள். சமாதானம், பேச்சு சுதந்திரம், மனித உரிமைகள் என்பவற்றில் நம்பிக்கை கொண்ட நன்மக்கள் அவர்கள். செழித்தோங்கும் ஜனநாயக நாடுகளில் அவர்கள் வாழ்ந்து வருகிறார்கள். அந்நாடுகளின் அரசாங்கங்கள் ஐ.நா. பாதுகாப்பு மன்றத்தில் அமர்ந்துள்ளன. இந்தியா, பாகிஸ்தான் (ருவாண்டா, சூடான், சோமாலியா, காங்கோ குடியரசு, ஈராக், ஆஃப்கானிஸ்தான், இன்னும் பல நாடுகளுக்கு) போரை ஏற்றுமதி செய்வதையும் ஆயுதங்கள் விற்பதையுமே அவற்றின் பொருளாதாரம் பெரிதும் சார்ந்துள் ளது. பனிக்கட்டியாறு உருகுவதால் இந்தியத் துணைக் கண்டத்தில் கடும் வெள்ளம் ஏற்படும். இறுதியில் கடும் வறட்சி உண்டாகும். அதனால் பல லட்சக்கணக்கானோரின் வாழ்வு

பாதிக்கப்படும். நாம் போரிடுவதற்கு அவை மென்மேலும் காரணங்களாக அமையும். மென்மேலும் நமக்கு ஆயுதங்கள் தேவைப்படும். உலகம் இன்றைய பொருளாதாரப் பின்னடைவை வெற்றிகொள்வதற்குத் இந்த நாடுகள் ஆயுதக் கொள்முதலில் கொண்ட நம்பிக்கையே காரணமாகலாம், யாருக்குத் தெரியும்? செழித்தோங்கும் ஜனநாயக நாட்டவர்கள் அனைவருக்கும், அவர்களுடைய ஆயுத விற்பனையால், இன்னும் சிறந்த வாழ்வு கிட்டும் – பனிக்கட்டியாறுகளோ இன்னும் வேகமாக உருகிப் பாயும்.

ooo

இஸ்தான்புல் மாநகரத்தில் மக்களும் பதற்றமும் மிகுந்த பல்கலைக்கழக அவைக்களம் ஒன்றில், 'வெட்டுக்கிளிகளை உற்றுக் கேட்டல்' கட்டுரையை நான் வாசித்தபோது, கொலையுண்ட ஹிராண்ட் டிங்கின் மனைவி ரகேல் ஹிரண்ட் முன் வரிசையில் அமர்ந்து முழு நேரமும் அழுதுகொண்டிருந்தார். ('ஒற்றுமை, வளர்ச்சி, இனப்படுகொலை, ஆர்மீனியர்' போன்ற சொற்களை அடுத்தடுத்து உச்சரிக்கும்போது துருக்கிய ஆட்சியாளர் சீற்றம் கொள்ள முற்படுவதால் ஏற்பட்ட 'பதற்றம்' அவைக்களத்தில் நிலவியது.) நான் உரையாற்றி முடித்தபோது அவர் என்னை ஆரத்தழுவி, 'நாம் தொடர்ந்தும் நம்பிக் கொண்டிருக்கிறோம். நாம் ஏன் தொடர்ந்தும் நம்பிக்கொண்டிருக்கிறோம்? என்றார்.

'நாம்' என்றே சொன்னார்; 'நீங்கள்' என்று சொல்லவில்லை!

பைஸ் அகமது பைஸின் வரிகளை அபிதா பர்வீன் அற்புதமாகப் பாடியது மீண்டும் என் காதில் ஒலித்தது. அவளுக்கு ஆங்கிலத்தில் அவற்றை (ஓரளவு) மொழிபெயர்த்துக்கூற முயன்றேன்:

> கனவுகள் கலைக்கப்பட்டாலும் ஏக்கம் அங்கு இருக்கட்டும்
> இணைவது சாத்தியமற்றுப் போனாலும் வேட்கை அங்கு இருக்கட்டும்

கவிதைப் பற்றி நான் சொன்னது இப்போது புரிகிறதா?

ஜனநாயகம்: வீட்டில் இருக்கும்போது அவள் யார்?

கடந்த இரவு வதோதராவிலிருந்து தோழி ஒருத்தி என்னைத் தொலைபேசியில் அழைத்து அழுது புலம்பினாள். நிகழ்ந்த சம்பவத்தை என்னிடம் தெரிவிக்க அவளுக்குப் பதினைந்து நிமிடங்கள் பிடித்தன. அது அப்படி ஒன்றும் சிக்க லான விஷயம் அல்ல: என்ன, அவள் தோழியருள் ஒருத்தியான சயீதாவைக் கும்பல் ஒன்று மடக்கிப் பிடித்து, அவள் வயிற்றைக் கிழித்து, எரியும் கந்தல் களைத் திணித்தது. அவள் இறந்த பிறகு யாரோ ஒருவர் அவள் நெற்றியில் 'ஓம்' என்னும் வாசகத்தைச் செதுக்கியிருக்கிறார். அவ்வளவுதான்!

எந்த இந்து மறைநூல் இதைப் போதிக்கிறது?

கோத்ராவில் சபர்மதி விரைவு ரயிலில் பயணித்த இந்துக்கள் ஐம்பத்தெட்டு பேரை உயிருடன் எரித்த முஸ்லிம் 'பயங்கரவாதிகளுக்கு' எதிராக வெகுண்டெழுந்த இந்துக்களின் பதிலடி யில் ஓர் அங்கமே அது என்று குஜராத்தில் இடம் பெற்ற காட்டுமிராண்டித்தனத்தைப் பிரதமர் ஏ.பி. வாஜ்பாய் நியாயப்படுத்தினார். ரயில் எரிப்பில் கொடூரமான முறையில் கொல்லப்பட்டவர்கள் ஒவ்வொருவரும் நிச்சயமாக யாரோ ஒருவரின் சகோதரன், யாரோ ஒருவரின் தாய், யாரோ

ஒருவரின் பிள்ளை. அவர்களை உயிருடன் பொசுக்க வேண்டு மென்று விதிக்கும் குரான் வாசகம் எது?

எவ்வளவுக்கு எவ்வளவு இரண்டு தரப்புகளும் ஒன்றை ஒன்று கொன்று, தமது வேற்றுமைகளை நிலைநாட்ட முயல் கின்றனவோ, அவ்வளவுக்கு அவ்வளவு ஒன்றிலிருந்து ஒன்று வேறுபடும் அம்சங்களும் குன்றிவருகின்றன. ஒரே பலிபீடத்தைத் தான் இரு தரப்பினரும் வழிபட்டு வருகிறார்கள். இரு தரப்பின ரும் கொலைக் கடவுளின் திருத்தூதர்களே. இந்தளவு கேடு கெட்ட சூழ்நிலையில், மேற்படி கொலைச் சக்கரம் சுழலத் தொடங்கிய இடம் இதுதான் என்று எவராவது, குறிப்பாக ஒரு நாட்டின் பிரதமர், தன் எண்ணப்படி அறுதியிட்டுக் கூறுவது பொறுப்புணர்ச்சியற்ற தீய செயலாகும்.

இப்போது ஒரு நஞ்சுத் திருக்கிண்ணத்தை – மதத்துவ பாசிசம் கலந்து பாழ்பட்ட ஒரு ஜனநாயகத் திருக்கிண்ணத்தை – நாம் ஏந்தி வைத்திருக்கிறோம். அதிலிருந்து சிறுகச் சிறுகப் பரிசுத்த மான நஞ்சை நாம் உறிஞ்சிவருகிறோம்!

நாம் என்ன செய்யப் போகிறோம்? நம்மால் என்ன செய்ய முடியும்?

நமது ஆளும் கட்சி ரத்தம் கக்கி வருகிறது. பயங்கரவாதத் துக்கு எதிரான அதன் சொற்சிலம்பம், அது நிறைவேற்றிய பயங்கரவாதத் தடைச் சட்டம் (பொடா), பாகிஸ்தானுக்கு எதிரான அதன் சண்டப் பிரசண்டம் (அதனுள் பொதிந்துள்ள அணுவாயுத பேராபத்து), இந்திய – பாகிஸ்தானிய எல்லையில் ஏறத்தாழ பத்துலட்சம் படையினரை அதியுச்ச எச்சரிக்கை நிலையில் குவித்துவைத்தமை, (எல்லாவற்றையும்விட மிக ஆபத்தான நடவடிக்கையாக) பள்ளிக்கூட மாணவருக்கான வரலாற்றுப் பாடநூல்களைத் திரித்து, இந்து மதத்துக்குரியதாக மாற்ற முயன்றது ... போன்ற நடவடிக்கைகள் எவற்றைக் கொண்டும் ஆளுங்கட்சி அடுத்தடுத்த பல தேர்தல்களில் தோல்வி அடைவதைத் தடுக்க முடியவில்லை. அந்தக் கட்சியின் பழைய சூழ்ச்சிகூட – அயோத்தியில் இடிக்கப்பட்ட மசூதி அமைந்திருந்த இடத்தில் ராமர் கோயில் கட்டும் திட்டத்துக்குப் புத்துயிரூட்டும் சூழ்ச்சிகூட – அதற்குக் கைகொடுக்கவில்லை. ஆற்றாமைக்கு உள்ளான ஆளுங்கட்சி, ஊட்டம் பெறுவதற்கு இப்போது குஜராத் மாநிலத்தை நாடியுள்ளது.

இந்தியாவில் பாரதிய ஜனதா கட்சியின் ஆட்சிக்கு உட்பட்ட ஒரேயொரு பிரதான மாநிலமாகிய குஜராத்

சில ஆண்டுகளாக நச்சுக்கிருமி வளர்ப்புக் களமாக விளங்கி வந்துள்ளது. நுட்பமான ஓர் அரசியல் பரிசோதனையை அங்கு இந்துப் பாசிசம் முன்னெடுத்து வந்துள்ளது. அதன் முதல் முடிவுகள் 2002 மார்ச் மாதம் வெளியிடப்பட்டன.

கோத்ராவில் அந்தக் கொடுமை நிகழ்ந்து ஒருசில மணி நேரங்களுக்குள் முஸ்லிம் சமூகத்துக்கு எதிராக மிகவும் கருத்தூன்றி வகுக்கப்பட்ட ஒரு படுகொலைத் திட்டம் அரங்கேற்றப்பட்டது. இந்து தேசியவாத விஷ்வ இந்து பரிஷத், பஜ்ரங் தள் இரண்டும் அதற்குத் தலைமை வகித்து முன்னெடுத்துச் சென்றன. அதிகாரபூர்வமான அறிவிப்பின் படி இறந்தவர்களின் எண்ணிக்கை எண்ணூறு. தனிப்பட்ட அறிக்கைகளின்படி அந்த எண்ணிக்கை அதைவிட அதிகம் – இரண்டாயிரம்.

தமது வீடுகளிலிருந்து விரட்டப்பட்ட ஒன்றரை லட்சத்துக் கும் மேற்பட்டோர் தற்போது அகதி முகாம்களில் வசித்து வருகிறார்கள். பெண்கள் ஆடை களையப்பட்டு, கும்பல்களால் வன்புணர்ச்சிக்கு உள்ளாக்கப்பட்டார்கள். பெற்றோர் தம் பிள்ளைகள் முன்னிலையில் தடிகளால் அடித்துக் கொல்லப் பட்டார்கள். இருநூற்று நாற்பது தர்ஹாக்களும் நூற்று எண்பது மசூதிகளும் அழிக்கப்பட்டன. அஹமதாபாத்தில் நவீன உருதுக் கவிதையின் பிதாமகராகிய வாலி குஜராத்தியின் கல்லறை ஒரே இரவில் தரைமட்டமாக்கப்பட்டு, மேற்பூச்சிடப்பட்டது. உஸ்தாத் பையஸ் அலி கான் என்ற இசைஞரின் கல்லறை மாசுபடுத்தப்பட்டு, எரியும் டயர்கள் அங்கு மலர்வளையங் களாக இடப்பட்டன. முஸ்லிம்களுக்குச் சொந்தமான கடைகள், வீடுகள், விடுதிகள், புடவை ஆலைகள், பேருந்துகள், கார்கள் தீயோரால் கொளுத்தப்பட்டு, சூறையாடப்பட்டன. பல்லாயிரக் கணக்கான முஸ்லிம்கள் தமது வேலைவாய்ப்புகளை இழந்துள் ளார்கள்.

முன்னாள் காங்கிரஸ் நாடாளுமன்ற உறுப்பினர் எசான் ஜாஃப்ரியின் வீட்டை ஒரு கும்பல் சூழ்ந்துகொண்டது. காவல் துறை இயக்குநர், காவல் துறை ஆணையர், தலைமைச் செயலாளர், கூடுதல் தலைமைச் செயலாளர் (உள்துறை) ஆகியோருக்கு அவர் விடுத்த தொலைபேசி அழைப்புகள் பொருட்படுத்தப்படவில்லை. அவர் வீட்டு வழியாக வாகனங் களில் சென்ற காவல் துறையினர் வந்து தலையிடவில்லை. அந்தக் கும்பல் எச்சான் ஜாஃப்ரியை வீட்டுக்கு வெளியே இழுத்துச் சென்று துண்டாடியது.

பிப்ரவரி மாதம் குஜராத் முதலமைச்சர் நரேந்திர மோடி ராஜ்கோட் சட்டசபைத் தொகுதிக்கான இடைத்தேர்தலை முன்னிட்டுப் பிரசாரத்தில் ஈடுபட்டிருந்த வேளையில், அவரை எக்சான் ஜாஃப்ரி காரசாரமாக விமர்சித்தார் என்பது தற்செயலான விஷயமாகத்தானே இருக்க முடியும்.

குஜராத் எங்கும் ஆயிரக்கணக்கானோர் கும்பல் கும்பலாகச் செயல்பட்டார்கள். பெட்ரோல் குண்டுகள், துப்பாக்கிகள், வாள்கள், கத்திகள், திரிசூலங்கள் முதலியவற்றை அவர்கள் ஏந்தியிருந்தார்கள். வி.எச்.பி., பஜ்ரங் தள் அமைப்புகளின் லும்பன் ஆதரவாளர்களைத் தவிர தலித்களும் ஆதிவாசிகளும் பேருந்துகளிலும் டிரக்குகளிலும் கொண்டுவரப்பட்டார்கள். நடுத்தரவர்க்கத்தினரும் சூறையாடலில் ஈடுபட்டார்கள். (மிட்சுபிஷி லான்ஸர் காரில் ஒரு குடும்பம் வந்திறங்கியமை உள்ளத்துள் பதிந்த நினைவுகளில் ஒன்று. திட்டந்தீட்டி, ஒழுங்கு முறையுடன் முஸ்லிம் சமூகத்தின் பொருளாதார அத்திவாரத்தை ஒழித்துக்கட்ட முயற்சி எடுக்கப்பட்டது. முஸ்லிம் வீடுகள், கடைகள், தொழிலகங்கள் ஆகியவற்றையும் முஸ்லிம்கள் பங்குதாரர்களாக இருந்தவற்றையும்கூடச் சுட்டிக்காட்டும் வண்ணம் கணினி மூலம் தயாரிக்கப்பட்ட தகவல் பட்டியலைக் கும்பல் தலைவர்கள் வைத்திருந்தார்கள். செல்பேசி மூலம் தமது நடவடிக்கையை அவர்கள் ஒருங்கிணைத்தார்கள். பல வாரங்களுக்கு முன்னர் பதுக்கிவைக்கப்பட்ட ஆயிரக் கணக்கான எரிவாயு – சிலிண்டர்களுடன் கூடிய டிரக்குகள் அவர்களிடம் இருந்தன. எரிவாயு – சிலிண்டர்களைக் கொண்டு முஸ்லிம் வணிக நிலையங்களை அவர்கள் தகர்த்தார்கள். காவல் துறை அவர்களைப் பாதுகாத்து, உடந்தையாக இருந்தது மாத்திரமல்ல, அவர்களைப் பாதுகாக்கத் துப்பாக்கிச் சூட்டை யும் நடத்தியது.

குஜராத் பற்றி எரியும்போது நமது பிரதமர் எம்.டிவி.யில் தோன்றித் தனது புதிய கவிதைகளை விளம்பரப்படுத்தினார். (அவருடைய கவிதை ஒலிப்பேழைகளின் விற்பனை ஒரு லட்சம் என்று தகவல்கள் தெரிவிக்கின்றன). அவர் இரண்டு முறை மலைப் பகுதிக்குச் சென்று ஓய்வெடுத்துவிட்டு, குஜராத் செல்வதற்கு ஒரு மாதத்துக்கும் மேல் ஆனது. கொடியவன் மோடி பின்தொடர, அவர் அங்குச் சென்று ஷா அலம் அகதி முகாமில் உரையாற்றினார். அவர் வாயசைத்தார். கவலை தெரிவிக்க முயன்றார். ஆனால், வெட்டி எரித்துக் குதறப்பட்ட உலகை ஊடறுத்து வீசும் காற்றின் ஏளனச் சீழ்க்கையொலி தவிர அசலான குரல் எதுவும் எழவில்லை.

பின்னர் விரைந்து அவர் சிங்கப்பூர் சென்று ஒரு கோல்ப் ஊர்தியில் வலம்வந்து வர்த்தகப் பேரங்களில் ஈடுபட்டார்.

கொலைகாரர்கள் இன்னமும் குஜராத் தெருக்களில் பதுங்கித் திரிகிறார்கள். வாரக்கணக்காக அன்றாட வாழ்க்கை விவகாரங்களுக்குக் கொலைக் கும்பலே தீர்வு கண்டது: யார் எங்கே வசிப்பது? யார் என்ன சொல்வது? யார் யாரை, எங்கே, எப்போது சந்திப்பது? மத விவகாரங்கள் முதல் சொத்துப் பிணக்குகள், குடும்பச் சர்ச்சைகள், நீர் வளங்களைத் திட்டமிடல், ஒதுக்குதல் வரை கொலைக் கும்பலின் ஆணை விரிவடைந்தது. (ஆதலால்தான் நர்மதா பசாவோ ஆந்தோலன் இயக்கத்தைச் சேர்ந்த மேதா பட்கர் தாக்கப்பட்டார்.) முஸ்லிம் வர்த்தக நிலையங்கள் மூடப்பட்டுள்ளன. உணவகங்கள் முஸ்லிம்களுக்கு உணவு பரிமாறுவதில்லை. பள்ளிக்கூடங்கள் முஸ்லிம் பிள்ளை களை வரவேற்பதில்லை. முஸ்லிம் மாணவர்கள் பரீட்சை எழுத அஞ்சுகிறார்கள். வெளியே செல்லும் தங்கள் பிள்ளைகள் தாங்கள் சொல்லிக்கொடுத்ததை மறந்து ‘வாப்பா’ அல்லது ‘உம்மம்மா’ என்று சொல்லி அதிரடிக் கொலைக்கு உள்ளாகக் கூடும் என்று முஸ்லிம் பெற்றோர் பதறுகிறார்கள்.

இது வெறும் தொடக்கமே என்று வேறு அறிவிப்பு கொடுக்கப்பட்டுள்ளது.

இந்த இந்து ராஜ்ஜியத்தையா, இந்தத் தேசத்தையா நாம் எதிர்பார்த்தோம்? முஸ்லிம்களை “வைக்க வேண்டிய இடத்தில் வைத்ததும்” நாடு முழுவதும் பாலும் கொக்கோ கோலா வும் பாயுமா? ராமர் கோயில் கட்டப்பட்டதும் ஒவ்வொரு வரின் மேனிக்கும் சட்டையும், வயிற்றுக்கு ரொட்டியும் கிடைக்குமா? ஒவ்வொருவரின் கண்ணீர்த் துளியும் துடைக்கப் படுமா? இந்தச் சம்பவத்தின் ஆண்டுநிறைவுக் கொண்டாட்டத்தை நாம் அடுத்த ஆண்டில் எதிர்பார்க்கலாமா? அல்லது, அடுத்த ஆண்டில் வேறொரு தரப்பு விரோதிக்கப்படுமா? அகர வரிசையில்: ஆதிவாசிகள், கிறிஸ்தவர்கள், சீக்கியர்கள், தலித்கள், பார்சிகள், பௌத்தர்கள் . . . ஜீன்ஸ் அணிவோர் அல்லது ஆங்கிலம் பேசுவோர் அல்லது தடித்த உதடுகள் கொண்டோர் அல்லது சுருட்டை முடி கொண்டோர் விரோதிக்கப்படுவார்களா? நாம் நீண்ட காலம் காத்திருக்கத் தேவையில்லை. அது ஏற்கெனவே தொடங்கிவிட்டது. தற்போது உருவாக்கப்பட்டுள்ள சடங்குகள் தொடருமா? மக்களின் தலைகள் கொய்யப்பட்டு, உடல் துண்டாடப்பட்டு, அவற்றின் மீது சிறுநீர் கழிக்கப்படுமா? தாய்மாரின் கருப்பையிலிருந்து சிசுக்கள் பிடுங்கி எறியப்படுமா?

இந்தப் பண்பாடுகள் அனைத்தின் வீச்சும் வனப்பும் உள்ளம் கவரும் கட்டற்றப் பிணைப்பும் இல்லாத இந்தியாவை எத்தகைய வக்கிரப் பார்வையால் கற்பனைசெய்து பார்க்க முடியும்? அப்படி என்றால் இந்தியா ஒரு கல்லறையாக மாறும். இங்குச் சுடலைநெடி வீசும்.

அவர்கள் யாராகவும் இருக்கலாம். எப்படியாவது கொல்லப் பட்டிருக்கலாம். கடந்த வாரங்களில் குஜராத் எங்கும் மடிந்த ஒவ்வொருவரையும் எண்ணித் துக்கம் கொண்டாடப்பட வேண்டும். வாசகர்கள் வெகுண்டெழுந்து நூற்றுக்கணக்கான கடிதங்களை நாளேடுகளுக்கும் செய்தித்தாள்களுக்கும் அனுப்பி வைத்துள்ளார்கள். 'போலி மதச்சார்பின்மையாளர்கள்' குஜராத்தின் ஏனைய இடங்களில் நிகழ்ந்த கொலைகளைக் கண்டித்த அதேயளவு சீற்றத்துடன் கோத்ராவில் சபர்மதி விரைவு ரயில் எரிக்கப்பட்டதை ஏன் கண்டிக்கவில்லை என்று அவர்கள் வினவியிருக்கிறார்கள். தற்போது குஜராத்தில் இடம் பெறுவது போன்ற திட்டமிட்ட ஒரு படுகொலைக்கும் கோத்ரா வில் சபர்மதி விரைவு ரயில் எரிக்கப்பட்டதற்கும் இடையே உள்ள அடிப்படை வேறுபாட்டை அவர்கள் புரிந்துகொண்ட தாகத் தெரியவில்லை. கோத்ராவில் நிகழ்ந்த கொலைவெறி யாட்டத்துக்கு யார் பொறுப்பு என்பது எமக்கு இன்னும் திட்டவட்டமாகத் தெரியாது. ரயில் எரிக்கப்பட்டதை ஐ.எஸ்.ஐ எனப்படும் பாகிஸ்தானின் உளவுத் துறையின் சதி என்று பகிரங்கமாக வலியுறுத்தி அறிக்கை விடுத்தார் உள்துறை அமைச்சர் லால் கிருஷ்ண அத்வானி. அவர் அப்படி வலியுறுத்தி மாதங்கள் கழிந்துவிட்டன. அதற்கு ஆதாரமாக இன்றுவரை எந்தவொரு சிறு சான்றையும் காவல் துறை கண்டறியவில்லை. குஜராத் அரசின் தடயவியல் அறிக்கையின் படி சம்பந்தப்பட்ட ரயில் பெட்டியில் இருந்த யாரோ ஒருவர் அறுபது லிட்டர் பெட்ரோலை இருக்கைகளின் கீழே ஊற்றி விட்டிருக்கிறார். உள்ளேயிருந்தே கதவுகள் பூட்டப்பட்டிருக்க லாம். பயணிகளின் எரிந்த உடல்கள் ரயில் பெட்டியின் நடுவே குவிந்து கிடந்தன. யார் தீ மூட்டியது என்பது, உண்மை யில் இதுவரை யாருக்கும் தெரியாது.

ஒவ்வோர் அரசியல் நிலைப்பாட்டுக்கும் உகந்த கோட்பாடு கள் முன்வைக்கப்பட்டுள்ளன: அது ஒரு பாகிஸ்தானிய சதி; ரயிலில் திமிறிப் புகுந்தோர் முஸ்லிம் தீவிரவாதிகளே; வெகுண்டெழுந்த கும்பலே ரயிலில் புகுந்தது; பயங்கரத்தை அரங்கேற்ற வி.எச்.பி./பஜ்ரங் தள் புரிந்த சதி... உண்மை யாருக்கும் தெரியாது.

அருந்ததி ராய்

அதைச் செய்தவர்கள் யாராக இருந்தாலும் – அவர்களுடைய அரசியல் நம்பிக்கை அல்லது சமய நம்பிக்கை எதுவாக இருந்தாலும் – அவர்கள் செய்தது பயங்கரக் குற்றமே. அரசாங்கமோ குஜராத்தில் முஸ்லிம் சமூகத்துக்கு எதிரான திட்டமிட்ட படுகொலையை ஒரு தன்னிகழ் 'எதிர்வினை' என்று தெரிவித்துள்ளது. அதை அரசின் அருட்பார்வையுடன் மேற்கொள்ளப்பட்ட படுகொலை அல்லது ஆக மோசமாக அரசின் தீவிர உடந்தையுடன் நிகழ்த்தப்பட்ட படுகொலை என்றே சுதந்திரமான அறிக்கைகள் அனைத்தும் கூறுகின்றன. இரண்டில் எதுவாயினும், குற்றப் பொறுப்பு அரசுக்கே உண்டு. அரசு அதன் குடிமக்களின் பெயரில் இயங்குவது. ஆகவே, குடிமக்கள் என்ற வகையில் குஜராத் படுகொலையில் நமக்கும் ஏதோ ஒரு வகையில் உடந்தை உண்டு என்பதை நாம் ஒப்புக் கொள்ள வேண்டியுள்ளது. இதுவே இவ்விரு படுகொலைகளுக்கும் முற்றிலும் வேறுபட்ட தன்மையைத் தருகிறது.

குஜராத் படுகொலைகள் நிகழ்ந்த பிறகு ஆர்.எஸ்.எஸ். மாநாடு பெங்களூரில் நடந்தது. ஆர்.எஸ்.எஸ். என்பது பா.ஜ.க.வின் ஒழுக்க, பண்பாட்டுக் குழுமம் ஆகும். பிரதமர், உள்துறை அமைச்சர், முதலமைச்சர் நரேந்திர மோடி உட்பட, அனைவரும் ஆர்.எஸ்.எஸ். உறுப்பினர்களே. பெரும்பான்மைச் சமூகத்தின் 'நல்லெண்ணத்தை' ஈட்டிக்கொள்ளும்படி முஸ்லிம்களிடம் ஆர்.எஸ்.எஸ். கேட்டுக்கொண்டது.

கோவாவில் நடைபெற்ற, பா.ஜ.க.வின் தேசிய நிர்வாகக் கூட்டத்தில் நரேந்திர மோடி ஒரு கதாநாயகனைப் போல் வரவேற்கப்பட்டார். அவர் நமட்டுச் சிரிப்புடன் முதலமைச்சர் பதவியைத் துறக்க முன்வந்தபோது, அது ஏகமனதாக நிராகரிக்கப் பட்டது. அண்மையில் ஒரு பொதுக்கூட்டத்தில் கலந்துகொண்ட நரேந்திர மோடி, கடந்த சில வாரங்களாக குஜராத்தில் இடம்பெற்ற நிகழ்வுகளைக் காந்தியடிகளின் தண்டி யாத்திரை யுடன் ஒப்பிட்டு உரையாற்றினார் – அவரைப் பொறுத்தவரை அவை இரண்டும் சுதந்திரப் போராட்டத்தில் முக்கியக் கணங்கள்.

இக்கால இந்தியாவுக்கும் இரண்டாம் உலகப் போருக்கு முந்தைய ஜெர்மனிக்கும் இடையே காணப்படும் ஒற்றுமைகள் திகிலூட்டுபவை என்றாலும், வியப்பூட்டுபவை அல்ல. (ஆர்.எஸ்.எஸ். நிறுவனர்கள் தமது எழுத்துக்களில் ஹிட்லரை யும் அவர் கைக்கொண்ட முறைகளையும் வெளிப்படையாகவே மெச்சியிருக்கிறார்கள்.) ஒரு வேறுபாடு என்னவென்றால், இங்கே இந்தியாவில் நம்மிடம் ஒரு ஹிட்லர் இல்லை. பதிலாக

வெட்டுக்கிளிகளை உற்றுக் கேட்டல்

நம்மிடம் ஒரு நடமாடும் இசைக்குழு, நடமாடும் பேரிசைக் குழு உள்ளது. அது பல தலைகளும், பல கைகளும் கொண்ட இந்து அரசியல், பண்பாட்டு அமைப்புகளின் சங் பரிவார் – 'கூட்டுக் குடும்பம்'. பி.ஜே.பி., ஆர்.எஸ்.எஸ்., வி.எச்.பி., பஜ்ரங் தள் ஒவ்வொன்றும் அதில் வெவ்வேறு வாத்தியங்களை வாசிப்பவை. எக்காலத்தும் எல்லாருக்கும் எல்லாமுமாக அமையும் தோற்றத்திலேயே அதன் முழு மேதைமையும் தங்கியுள்ளது.

ஒவ்வொரு தருணத்துக்கும் ஏற்ற ஒரு தலைவர் சங்கப் பரிவாரத்திடம் உண்டு. எல்லாப் பருவங்களுக்கும் ஏற்ற சொற்சிலம்ப முதுகவிஞராக அடல் பிஹாரி வாஜ்பாய்; கும்பல் கிளர்த்தும் வன்முறையாளர் எல்.கே. அத்வானி, உள்துறை அமைச்சராக; இன்னயம் வாய்ந்த ஜஸ்வந்த் சிங் வெளியுறவு அமைச்சராக; தொலைக்காட்சி விவாதங்களைக் கையாள்வதற்கு ஆங்கிலம் பேசும், மென்னயம் வாய்ந்த வழக்கறிஞர் அருண் ஜேட்லி; ஒரு கொடிய பிறவியாகிய நரேந்திர மோடி முதலமைச்சராக; இனப்படுகொலைகளை மேற்கொள்ள உடல் உழைப்பு தரும் ஊழியர்களாக பஜ்ரங் தள், வி.எச்.பி. தொண்டர்கள் ஆகியோர் உள்ளனர். கடைசியாக, பல தலைகள் கொண்ட இக்குழுமத்துக்கு ஒரு பல்லிவால் உண்டு. தனக்குத் தொந்தரவு நேரும்போது பல்லி வாலை உதிர்த்துவிடும். பிறகு வால் மறுபடி முளைக்கும். அந்த வாலாக விளங்குபவர் ஜார்ஜ் பெர்ணாண்டெஸ், பாதுகாப்பு அமைச்சராக வேடம் பூண்ட ஒரு போலிச் சோசலிசவாதி. போர்கள், சூறாவளிகள், இனக் கொலைகள் இடம்பெறும் வேளைகளில் சேதாரம் குறைக்கும் பணிக்கு அவரையே அனுப்புவார்கள். அவர் ஆடும் மாட்டை ஆடிக் கறப்பவர், பாடும் மாட்டைப் பாடிக் கறப்பவர் என்பது அவர்கள் நம்பிக்கை.

முற்றிலும் ஒரு திரிசூலக் கற்றை போன்ற சங் பரிவார் பல நாக்குகளால் பேசுகிறது. ஒரே சமயத்தில் ஒன்றுக்கொன்று முரணான பல விஷயங்களை அது பேசுகிறது. தனது லட்சக் கணக்கான தொண்டர்களை இறுதித் தீர்வுக்குத் தயாராகுமாறு அதன் தலைமைப் பீடங்களுள் ஒன்று (வி.எச்.பி.) தூண்டும் அதேவேளை, குடிமக்கள் அனைவரும் மத வேறுபாடின்றி சரிநிகராக நடத்தப்படுவார்கள் என்று அதன் பெயரளவிலான தலைவர் (பிரதமர்) நாட்டுக்கு வாக்குறுதி அளிக்கிறார். 'இந்தியப் பண்பாட்டை இகழும்' நூல்களையும் திரைப்படங்களையும் ஓவியங்களையும் அவர்களால் தடைசெய்ய முடிகிறது. அதே வேளை முழு நாட்டினதும் கிராமிய அபிவிருத்திக்கான வரவு

செலவுத் திட்டத்தில் 60 விழுக்காட்டுக்கு நிகரான தொகையை என்ரான் குழும நிறுவனத்துக்கு அடகு வைத்து லாபமாகக் கொடுக்க முடிகிறது. அரசியல் அபிப்பிராயத்தை முழுமையாக அது தன்னிடம் கொண்டுள்ளது. ஆதலால் வழக்கமாக ஒன்றை யொன்று எதிர்க்கும் இரு அரசியல் கட்சிகளிடையே பகிரங்க மாக இடம்பெறும் போராட்டம், சங் பரிவாரில் குடும்ப விவகாரமாகவே நடைபெறுகிறது. பிணக்கு எவ்வளவு சூடா னாலும், அது எப்போதும் பகிரங்கமாகவே நடத்தப்படுகிறது. எப்போதும் நட்புணர்வுடனேயே அது தீர்க்கப்படுகிறது. எப்போ தும் தமது பணத்துக்கு உரிய பெறுமதி கிடைத்த திருப்தியுட னேயே அவையோர் வெளியேறுகிறார்கள் – சீற்றம், நடவடிக்கை, பழிவாங்கல், சூழ்ச்சி, கழிவிரக்கம், கவிதை, ரத்தவெள்ளம். இது 'முழுக் கற்றை ஆதிக்கம்' எனப்படும் கொள்கையின் நமது சொந்தத் தாயக மாற்றுவடிவம்.

நெருக்கடியான தருணத்தில் – மிக நெருக்கடியான தருணத் தில் – அவர்களிடையே சச்சரவு தணிகிறது. அவர்களுடைய கூச்சல் குழப்பம் முழுவதன் அடியிலும் ஒரேயொரு இதயமே துடிக்கிறது. அங்கு மன்னிக்க மறுக்கும் பொதுமனம் ஒன்று காவிதோய்ந்த ஒற்றைக் குறிக்கோளுடன் மும்முரமாகச் செயற் பட்டு வருகிறது.

இந்தியாவில் குறிப்பிட்ட சாதிகளையும் குலங்களையும் மதங்களையும் இலக்கு வைத்துத் திட்டமிட்ட படுகொலைகள் – எல்லா வகையான திட்டமிட்ட படுகொலைகளும் – நடத்தப் பட்டுள்ளன. 1984இல் இந்திரா காந்தி கொல்லப்பட்டதை அடுத்துத் தில்லியில் காங்கிரஸ் கட்சியின் தலைமையில் சீக்கியர் கள் மூவாயிரம் பேர் படுகொலைசெய்யப்பட்டனர். அது குஜராத்தில் நடைபெற்ற படுகொலைக்கு நிகரான முற்றிலும் கொடூரமான படுகொலை. 'ஒரு பெரிய மரம் விழும்போது தரை அதிரத்தான் செய்யும்' என்று ராஜீவ் காந்தி அப்போது கருத்துரைத்தார். என்றுமே ஒரு கருத்தை அவர் நாசூக்காக எடுத்துரைத்ததாகத் தெரியவில்லை. அந்த அனுதாப அலை மூலமாக 1984ஆம் ஆண்டு நடைபெற்ற நாடாளுமன்றத் தேர்தலில் காங்கிரஸ் கட்சி மாபெரும் வெற்றியைப் பெற்றது. பதினெட்டு ஆண்டுகள் கழிந்துவிட்டன. யாருமே தண்டிக்கப்படவில்லை எனலாம்.

அணுவாயுதப் பரிசோதனைகள், பாப்ரி மஸ்ஜித், தெஹெல்கா மோசடி, தேர்தல் லாபம் கருதி இனவாத வெறியூட்டல் என்பன போன்று தடம்புரள்வுக்கு இட்டுச்

செல்லவல்ல அரசியல் சர்ச்சையை எடுத்துக்கொண்டாலும், காங்கிரஸ் கட்சி ஏற்கெனவே அதில் ஈடுபட்டதை நீங்கள் கண்டுகொள்வீர்கள். ஒவ்வொரு தருணத்திலும் காங்கிரஸ் கட்சியே விதை விதைத்தது. பா.ஜ.க. பாய்ந்துவந்து பயங்கர அறுவடை செய்தது. ஆகவே தேர்தலில் வாக்களிக்கும்படி நம்மிடம் கேட்கப்படும் வேளையில், இவ்விரு கட்சிகளுக்கும் இடையே ஏதாவது வேறுபாடு தெரிகிறதா? அதற்குத் தட்டுத் தடுமாறினாலும் தெள்ளத்தெளிவாக நாம் அளிக்கும் விடை 'ஆம்' என்பதே. காரணம்: காங்கிரஸ் கட்சி பல பத்தாண்டுகளாக மக்களைக் கொடுமைப்படுத்தி வருத்தியது உண்மையே. எனினும் பா.ஜ.க. பகலில் செய்வதையே காங்கிரஸ் கட்சி இரவிலே செய்கிறது. பா.ஜ.க. செருக்குடன் செய்வதைக் காங்கிரஸ் கட்சி மறைவாக, களவாக, வஞ்சகமாக, வெட்கித் தலைகுனிந்து செய்கிறது. இது முக்கிய வேறுபாடு.

இனவெறுப்பைத் தூண்டுவது, சங் பரிவார் வரித்துக் கொண்ட ஆணையின் ஓர் அங்கமே. ஆண்டுக் கணக்காகத் தீட்டப்பட்ட திட்டம் அது. குடிமைச் சமூகத்தின் குருதிச் சுற்றோட்டத்துள் சங் பரிவார் நேரடியாக, சிறுகச்சிறுக நஞ்சேற்றி வந்துள்ளது.

நாடெங்கும் நூற்றுக்கணக்கான ஆர்.எஸ்.எஸ். கிளைகளும் சரஸ்வதி சிசு மந்திர் பள்ளிக்கூடங்களும் ஆயிரக்கணக்கான சிறாருக்கும் இளையோருக்கும் தமது சித்தாந்தத்தைப் புகட்டி வந்துள்ளன. மத விரோதம், திரித்த வரலாறு, வெள்ளையராட்சிக்கு முற்பட்ட காலப்பகுதியில் முஸ்லிம் ஆட்சியாளர்கள் இந்துப் பெண்களையும் இந்துக் கோயில்களையும் சூறையாடியது பற்றிய படுமோசமான, மிகைப்படுத்திய விவரங்கள் கொண்டு அவர்களுடைய உள்ளங்களை அவை மழுங்கடித்து வந்துள்ளன. பாகிஸ்தான், ஆப்கானிஸ்தான் முழுவதும் பரவி, தலிபானைப் பிறப்பித்த மதரஸாக்களிலிருந்து இது வேறுபட்டதுமல்ல, அவற்றை விட ஆபத்துக் குறைந்ததுமல்ல. குஜராத் போன்ற மாநிலங்களில் காவல் துறை, அரச நிர்வாகத் துறை, அரச பணித் துறை என்பவற்றின் அனைத்து மட்டங்களிலும் அவர்கள் திட்டமிட்டு ஊடுருவியுள்ளார்கள்.

அவர்களின் முழு முயற்சியும் மக்களைப் பெரிதும் கவர்ந்துள்ளது. அதைக் குறைத்து மதிப்பிடுவதும் தவறாகப் புரிந்துகொள்வதும் அறியாமையின் பாற்படும். அதற்கொரு வலிய, சித்தாந்த, அரசியல், நிருவாக அத்திவாரம் உண்டு. இத்தகைய

அதிகாரத்தை, இத்தகைய வீச்சை அரசு ஆதரவுடனேயே அடைய முடியும்.

மத விரோதத்தை ஊட்டிவளர்க்கும் முஸ்லிம்கள் தரப்பு நாற்றங்கால்களான சில மதரசாக்கள், தமக்கு அரசு ஆதரவு கிடைக்காதபடியால், வெளிநாட்டு உதவியுடன் அதை ஈடு செய்து, வீறுகொண்டு எழுகின்றன. அதாவது, இந்து சமூக வாதிகள் மருட்சியும் விரோதமும் கொண்டு, அணிதிரண்டு ஆட்டம் ஆடுவதற்கு மதரசாக்கள் செவ்வனே அடியெடுத்துக் கொடுக்கின்றன. (இந்து சமூகவாதிகளின் தேவையை மதரசாக்கள் செவ்வனே நிறைவேற்றுவதால், உண்மையில் இவ்விரு தரப்புகளும் ஒரே அணியாகவும் சேர்ந்து செயற் படலாம்!)

இவ்வாறு கருணையற்று அமுக்கப்படும் சூழ்நிலையில் முஸ்லிம் சமூகத்தவருள் பெரும்பான்மையோர் இரண்டாந்தரக் குடிமக்களாக, சேரிகளில் குடிபுகுந்தவர்களாக, குடியுரிமைகள் அற்றவர்களாக, நீதி கிடைக்காதவர்களாக, என்றென்றும் அச்சத் துடன் வாழும் நிலைக்கு உள்ளாகும் சாத்தியமே அதிகம். அவர்களுடைய அன்றாட வாழ்வு எப்படி இருக்கும்? சிறிய விஷயம் எதுவும், திரையரங்க வரிசையில் எழும் வாக்குவாதமோ போக்குவரத்து சிக்னலில் ஏற்படும் சிறிய பிரச்சினையோ கூடக் கொலையில் முடியக்கூடும். ஆதலால் அவர்கள் மிகவும் அமைதியாக இருக்கவும், தமது தலைவிதியைச் சகித்துக்கொள்ள வும், தாங்கள் வாழும் சமூகத்தின் ஓரங்களை ஒட்டி ஊர்ந்து செல்லவும் பழகிக்கொள்வார்கள். அவர்களுடைய அச்சம் ஏனைய சிறுபான்மையோருக்கும் தொற்றிக்கொள்ளும். பலர், குறிப்பாக இளையோர், வன்முறையை நாடக்கூடும். அவர்கள் பயங்கரமான நடவடிக்கைகளில் ஈடுபடுவார்கள். அவர்களைக் கண்டிக்கும்படி குடிமைச் சமூகத்திடம் கேட்கப்படும். அப்புறம் ஜனாதிபதி புஷ்ஷின் திருக்கட்டளை நம்மை நோக்கித் திரும்பும்: 'நீங்கள் ஒன்று எங்களுடன் இணைந்திருங்கள் அல்லது பயங்கர வாதிகளுடன் இணைந்திருங்கள்.'

மேற்படி திருக்கட்டளை நிரந்தரமாய்க் கூம்பாக உறைந்த பனிக்கட்டி போல் தொங்குகிறது. படுகொலை புரிவோரும் இனக்கொலை புரிவோரும் இனி ஆண்டுக்கணக்காக இதே திருக்கட்டளையைத் தம்மைச் சுற்றி உள்ளவர்களிடம் தமது பயங்கர வாய்களால் ஒப்புவித்துத் தமது படுகொலைகளை நியாயப்படுத்துவார்கள் (திரைப்படத் தயாரிப்பாளர்கள் இதை 'இசைந்து வாயசைத்தல்' என்று சொல்வதுண்டு).

தன்னை நரேந்திர மோடி விஞ்சிவிட்டார் என்று அண்மையில் எண்ணத் தலைப்பட்டுள்ள சிவ சேனாவின் தலைவர் பால் தாக்கரேயிடம் இதற்குரிய இறுதித் தீர்வு இருக்கிறது: அவர் உள்நாட்டுப் போருக்கு அறைகூவல் விடுத்துள்ளார்! அது மிகச் சிறப்பான தீர்வு அல்லவா? இனி பாகிஸ்தான் நம்மீது குண்டு வீசத் தேவையில்லை. நாமே நம்மீது குண்டு வீசலாம். இந்தியா முழுவதையும் நாம் காஷ்மீர் ஆக்குவோம். அல்லது பொஸ்னியா ஆக்குவோம். அல்லது பாலஸ்தீனம் ஆக்குவோம். அல்லது ருவாண்டா ஆக்குவோம். நாம் எல்லோரும் நிரந்தரமாய் நொந்து வருந்துவோம். ஒருவரை ஒருவர் கொல்வதற்கு விலை உயர்ந்த துப்பாக்கிகளையும் வெடிமருந்துகளையும் வாங்குவோம். நாமே நமது குருதியைச் சிந்துவோம். பிரித்தானிய ஆயுத வியாபாரிகளும் அமெரிக்க ஆயுத உற்பத்தியாளர்களும் நமது குருதியைப் பருகிக் கொழுக்க வழிவகுப்போம். புஷ், பின்லாடன் இருவரின் குடும்பங்களையும் பங்குதாரர்களாகக் கொண்ட கார்லையில் குழுமத்திடம் *(Carlyle Group)* நமக்கு மொத்தக் கழிவு தரும்படி கேட்டுக் கொள்வோம்.

எல்லாம் சரிவர நடந்தால், நாம் ஆஃப்கானிஸ்தான் போல் ஆகலாம். (அவர்கள் ஈட்டிய பப்ளிசிட்டியைப் பாருங்கள்!). பயிர்நிலங்களில் எல்லாம் கண்ணிகள் விதைக்கப்பட்ட பின்னர், நமது கட்டடங்கள் அழிக்கப்பட்ட பின்னர், நமது அடிப்படைக் கட்டமைப்பு தகர்க்கப்பட்ட பின்னர், நம் பிள்ளைகள் துண்டாடப்பட்டு, வக்கிரப்படுத்தப்பட்ட பின்னர், நாமே உருவாக்கிய விரோதத்தைக் கொண்டு நாமே நம்மைப் பெரிதும் அழித்தொழித்த பின்னர் நமக்கு உதவும்படி ஒருவேளை அமெரிக்கரிடம் நாம் விண்ணப்பிக்கலாம். வானத்திலிருந்து வீசப்படும் உணவுப் பொட்டலம் யாருக்காவது வேண்டுமா?

எவ்வளவு தூரம் நாம் சுய அழிவை நெருங்கியுள்ளோம்! இன்னும் ஓர் அடி எடுத்துவைத்தால், தங்குதடையின்றி விழுந்து விடுவோம். எனினும், அரசாங்கம் தனது நிலைப்பாட்டை விடாப்பிடியாக முன்னெடுத்துச் செல்கிறது. கோவாவில் நடைபெற்ற பா.ஜ.க.வின் தேசிய நிர்வாகக் கூட்டத்தில் மதச் சார்பற்ற இந்திய ஜனநாயக நாட்டின் பிரதமர் ஏ.பி. வாஜ்பாய், 'முஸ்லிம்கள் எங்குமே சமாதானமாக வாழ விரும்புவதில்லை' என்று சொல்லி வரலாறு படைத்தார். முதன்முதலில் மன உறுத்தலின்றி, வரம்புகடந்து, முஸ்லிம்களுக்கு எதிரான மத

வெறியை அப்பட்டமாக வெளிப்படுத்திய இந்தியப் பிரதமர் அவரே. ஜார்ஜ் புஷ், டோனால்ட் ரம்ஸ்வெல்ட் கூட அத்தகைய ஒரு கூற்றுக்கு வெளிப்படையாகப் பொறுப்பேற்கச் சங்கடப் படுவார்கள்.

குஜராத் படுகொலை நிகழ்ந்த கையோடு, அந்தப் 'பரிசோதனை'யில் வெற்றிபெற்ற நம்பிக்கையுடன், பா.ஜ.க. ஓர் இடைத்தேர்தலை நாடுகிறது. "'மோடியே நமது கதாநாயகன்' என்று மிகவும் மென்மையானவர்களே, மிகவும் மென்மையான குரலில் தெரிவிக்கிறார்கள்" என்று வடோதராவிலிருந்த என் தோழி தெரிவித்தாள்.

மதச்சார்பற்ற கட்சிகள் எவ்வளவு சுயநலம் கொண்டவை என்றாலும், கடந்த சில வாரங்களாக நிகழ்ந்த பயங்கரத்தின் பரிமாணத்தைக் கண்டு சீற்றம்கொண்டு, அவை ஒரே அணியில் திரளும் என்ற நம்பிக்கையை நம்மில் சிலர் வெகுளித்தனமாக வளர்த்துக்கொண்டோம். இந்திய மக்களின் வாக்கு பா.ஜ.க. வுக்கு மட்டும் கிடைத்த ஒன்றல்ல. இந்துத்துவத் திட்டத்தை நிறைவேற்றுவதற்கான ஆதரவு தனிக் கட்சியாக பா.ஜ.க.விடம் கிடையாது. ஆதலால், பா.ஜ.க. தலைமையிலான கூட்டணி யில் சேர்ந்த இருபத்து மூன்று தோழமைக் கட்சிகளும் தமது ஆதரவை விலக்கிக்கொள்ளும் என்று நாம் நம்பினோம். அவற்றின் தார்மீக வைராக்கியத்துக்கு, அவை உறுதிபூண்ட மதச்சார்பற்ற நெறிகளுக்கு இதைவிடப் பெரிய சவால் தோன்ற முடியாது என்பதை அவை புரிந்துகொள்ளும் என்று நாம் மிகவும் மடத்தன மாக நம்பினோம்.

பா.ஜ.க.வின் தோழமைக் கட்சிகளுள் ஒன்றுகூடத் தனது ஆதரவை விலக்கவில்லை. அது காலத்தின் அடையாளம் ஆகும். தாம் விலகினால் எந்தெந்த தொகுதிகளையும் அமைச்சர் பதவிகளையும் காக்கவோ இழக்கவோ கூடும் என்று மனக் கணக்குப் போடுபவரின் சிந்தனைத் தோற்றத்தையே ஒவ்வொருவரிடமும் நீங்கள் பார்க்கிறீர்கள். கார்ப்போரேட் இந்தியாவின் ஒரேயொரு தலைமை நிர்வாக அதிகாரி தீபாக் பாரெக் மாத்திரமே குஜராத் படுகொலையைக் கண்டித்தார். தாம் மிகவிரைவில் இந்திய துணை ஜனாதிபதி ஆகலாம் என்ற சபலத்தில் ஜம்மு – காஷ்மீர் முதலமைச்சரும் இந்தியா வின் ஒரே பிரபல முஸ்லிம் அரசியல்வாதியுமாகிய ஃபருக் அப்துல்லா நரேந்திர மோடியை ஆதரித்து, அரசுக்கு வால்பிடித்து வருகிறார். அதைவிடக் கேவலம், தாழ்ந்த சாதிகளின் உயர்ந்த

நம்பிக்கைக்குப் பாத்திரமான பகுஜன் சமாஜ் கட்சியின் தலைவர் மாயாவதி உத்தரப் பிரதேசத்தில் பா.ஜ.க.வுடன் நட்புறவு பூண்டுள்ளார். காங்கிரசும் இடதுசாரிக் கட்சிகளும் மோடியைப் பதவி துறக்கக் கோரிப் பகிரங்கக் கிளர்ச்சியில் இறங்கியுள்ளன.

பதவி துறப்பு? எந்தக் குற்றத்துக்கு எந்தத் தண்டனை என்ற அறிவுணர்வை நாம் முற்றிலும் இழந்துவிட்டோமா? குற்றவாளிகள் பதவி துறக்க வேண்டியதில்லை. அவர்கள் குற்றஞ்சாட்டப்பட்டு, விசாரிக்கப்பட்டு, தண்டனைக்கு ஆளாக வேண்டியவர்கள். கோத்ராவில் ரயில் வண்டியை எரித்தவர்களுக்கும் இது நடக்க வேண்டும். குஜராத் மாநிலமெங்கும் திட்டமிட்டுப் படுகொலையில் ஈடுபட்ட அரசு ஊழியர்களும் காவல் துறையினரும் கும்பல்களும் விசாரிக்கப்பட வேண்டும். கொதித்தெழ கும்பலுக்கு வெறி ஊட்டியவர்களும் விசாரிக்கப்பட வேண்டும்.

மோடி, பஜ்ரங் தள், வி.எச்.பி. மீது நடவடிக்கை எடுக்கும் அதிகாரம் உச்ச நீதிமன்றத்துக்கு உண்டு. அதற்கு நூற்றுக்கணக்கான சாட்சியங்கள் உள்ளனர். பெருவாரியான சான்றுகள் உள்ளன.

எனினும் இந்தியாவில் கொலைகாரரும் இனப் படுகொலையாளியும் ஓர் அரசியல்வாதியாக இருந்தால், அவர் நம்பிக்கையுடன் வாழப் போதிய காரணங்கள் இருக்கவே செய்கின்றன. இங்கு அரசியல்வாதிகள்மீது வழக்குத் தொடரப்படும் என்று யாரும் எதிர்பார்ப்பதே இல்லை. மோடி மீதும், அவருடைய கையாட்கள் மீதும் வழக்குத்தொடுத்து, அவர்களைச் சிறையில் தள்ளக் கோரினால், மற்றைய அரசியல்வாதிகளும் தமது கடந்தகாலப் பழிபாதகங்களுக்குப் பலியாக நேரும் அல்லவா? ஆதலால் இவர்கள் நாடாளுமன்றத்தைக் குழப்பி, கூச்சலிடுவார்கள். விசாரணைக் குழுக்களை நியமிப்பார்கள். அவை கண்டறியும் உண்மைகளைப் புறக்கணிப்பார்கள். பின்னர் கூட்டாகத் தமது ஆட்சித்தேரை இழுத்துச் செல்வார்கள்.

ஏற்கெனவே பிரச்சினை உருமாறத் தொடங்கிவிட்டது. தேர்தல் நடத்த அனுமதிக்க வேண்டுமா, வேண்டாமா? அதை முடிவுசெய்வது தேர்தல் ஆணையமா உச்ச நீதிமன்றமா? தேர்தல் நடந்தாலும் சரி, ஒத்திவைக்கப்பட்டாலும் சரி, மோடியை சுதந்திரமாக நடமாட விட்டு அவரை அரசியல்வாதியாகத் தொடரச் செய்வதன்மூலம், ஜனநாயகத்தின் அடிப்படை ஆட்சிநெறிகள் குலைக்கப்படுவது மட்டுமல்ல,

திட்டமிட்டு அழிக்கப்படுகின்றன. இத்தகைய ஜனநாயகம் ஒரு பிரச்சினையே தவிர தீர்வல்ல. நமது சமூகத்தின் மாபெரும் வலுவாகிய ஜனநாயகமே அதன் உயிர்குடிக்கும் கொடும்பகை யாக மாற்றப்படுகிறது. ஜனநாயகம் வளைத்து முறுக்கப்பட்டு, அடையாளம் காணப்படாதவாறு முடக்கப்படுகையில், நாம் எல்லோரும் 'ஜனநாயகத்தை ஆழமாக்குவது' பற்றிக் கதையளப்ப தால் என்ன பயன்?

தேர்தலில் பா.ஜ.க. வென்றால்தான் என்ன? என்னதான் சொன்னாலும், ஜார்ஜ் புஷ் பயங்கவாதத்துக்கு எதிரான தனது போருக்கு ஈட்டிய ஆதரவு அறுபது விழுக்காடு. ஏரியல் ஷரோன் பாலஸ்தீனம்மீது மேற்கொண்ட கொடிய படை யெடுப்புக்கு ஈட்டிய ஆதரவு அதைவிட அதிகம். ஆதரவு அனைத்தையும் சரிப்படுத்துமா? சட்ட முறைமையை, அரசியல் யாப்பை, ஊடகங்களை, ஏன் அனைத்தையுமே ஒழித்துக் கட்டினால் என்ன? அறத்தையே தூக்கிவீசிவிட்டு, அனைத்தை யும் வாக்கெடுப்புக்கு விட்டால் என்ன? இனப்படுகொலைகள் என்னும் பொருள் பற்றிக் கருத்து வாக்கெடுப்புகள் நடத்தலாமே! படுகொலைகள் என்னும் பொருள் பற்றிப் பிரசார இயக்கங் கள் நடத்தலாமே!

இந்தியாவில் பாசிசத்தின் அடிச்சுவடு உறுதிபடப் பதிந் துள்ளது. அது பதிந்த தேதியைக் குறித்து வைப்போம்: *2002* இளவேனில் பருவம். பாசிசத்தின் பயங்கர அரங்கேற்றத்துக்கு உகந்த உலகளாவிய சூழ்நிலையைத் தோற்றுவித்த அமெரிக்க அதிபருக்கும் பயங்கரவாதத்துக்கு எதிரான நாடுகளின் கூட்டணிக்கும் நாம் நன்றி தெரிவிக்கலாம். ஆனால் நமது பொது வாழ்விலும் சொந்த வாழ்விலும் பாசிசம் வேர் விட்டதற்கு அவர்களை நாம் மெச்ச முடியாது.

○

*1998*இல் பொக்கரன் அணுவாயுதப் பரிசோதனைகளைத் தொடர்ந்து நாட்டுக்குள் தென்றல் காற்று வீசியது. அதை அடுத்து ரத்தவெறிகொண்ட தேசபக்தி வெளிப்படையாக ஏற்றுக்கொள்ளத்தக்க ஓர் அரசியல் நாணயமாக மாறியது. அந்தச் 'சமாதான ஆயுதங்கள்' இந்தியாவையும் பாகிஸ்தானை யும் சுழன்று சுழன்று முரண்படவைத்தன – அவை ஒன்றை ஒன்று அச்சுறுத்தின, ஒன்றை ஒன்று சீண்டின. ஒரு போர் மூண்டு, நூற்றுக்கணக்கானோர் மாண்ட பிறகு, இரு சேனை களையும் சேர்ந்த லட்சக்கணக்கான படையினர் எல்லையில் குவிக்கப்பட்டுள்ளனர். ஓர் அர்த்தமற்ற அணுவாயுதக் கண்ணா

மூச்சி விளையாட்டுக்குக் கட்டுண்டவர்களாக, ஒருவர் கண்ணெதிரே ஒருவராக அவர்கள் குவிக்கப்பட்டுள்ளனர்.

பாகிஸ்தானுக்கு எதிராக ஓங்கிவரும் பகைமை எல்லை கடந்து தத்திவந்து நமது சமூகக் கட்டுக்கோப்பினுள் புகுந்துள்ளது. கூரிய அலகு போன்ற பகைமை அது. இந்து, முஸ்லிம் சமூகங்கள் ஒன்றுடன் ஒன்று இசைந்து, ஒன்றை ஒன்று சகித்து வாழும் தன்மையை அது துண்டித்துள்ளது. நொடிப்பொழுதில் கடவுளின் நரகப் படையினர் மக்களின் சிந்தையை ஆக்கிரமித்துக் கொண்டார்கள். நாம் அவர்களை உள்ளே அனுமதித்து விட்டோம். இந்தியாவுக்கும் பாகிஸ்தானுக்கும் இடையே பகைமை முற்றும் ஒவ்வொரு முறையும் முஸ்லிம்களுக்கு எதிரான பகைமையும் அதற்கு ஈடுகொடுத்து ஓங்கி வந்துள்ளது. நாம் பாகிஸ்தானுக்கு எதிராக அறைகூவல் விடுக்கும் ஒவ்வொரு முறையும் நமக்கு நாமே தீங்குவிளைவித்துக்கொள்கிறோம். நமது வாழ்க்கைப் போக்கை, கண்கொள்ளா வகைமையும் தொன்மையும் வாய்ந்த நமது நாகரிகத்தை, இந்தியாவைப் பாகிஸ்தானிலிருந்து வேறுபடுத்தும் அனைத்தையும் நாமே தீங்காக்கிக்கொள்கிறோம்.

இந்திய தேசியவாதம் என்பது இந்து தேசியவாதம் என்று பொருள்படும் நிலை ஓங்கியுள்ளது. அது தன்மீது மதிப்போ கரிசனையோ கொள்ளாது, மற்றதன்மீது வெறுப்புக்கொண்டு தன்னை வரையறுத்துக்கொள்கிறது. இப்போதைக்கு அந்த மற்றது வெறுமனே பாகிஸ்தான் அல்ல, அதன் முஸ்லிம்களே. தேசியவாதமும் பாசிசவாதமும் ஒன்றுடன் ஒன்று பொருந்தும் விதத்தைக் கண்டு நெஞ்சு பதைக்கிறது. தேசம் என்பது என்ன, அது யாருக்கு உரியது என்பதை வரையறுக்கும் பணியைப் பாசிசவாதிகளிடம் நாம் விட்டுவிடக் கூடாது. இருபதாம் நூற்றாண்டில் நிகழ்ந்த இனக்கொலைகளுள் அநேகமாக அனைத்துக்குமே வித்திட்டது தேசியவாதமே – அதன் கம்யூனிச, முதலாளித்துவ, பாசிச அவதாரங்களே – என்பதை உள்ளத்தில் பதிப்பது நன்று. தேசியவாத சர்ச்சையில் எச்சரிக்கையுடன் நடந்துகொள்வதே புத்திசாலித்தனம்.

நாம் அண்மையில் தோன்றிய தேசமல்ல, ஒரு தொன்மை வாய்ந்த நாகரிகத்துக்கு உரியவர்கள் என்பதை நாம் கண்டு கொள்ள முடியாதா? ஓர் நிலத்தைச் சுற்றிக்காவல் புரிவதை விடுத்து, ஒரு நாட்டை நம்மால் நேசிக்க முடியாதா? நாகரிகம் என்றால் என்ன கருத்து என்பது சங் பரிவாருக்குப் புரியாது. அன்று நாம் எவ்வாறு இருந்தோம் என்பது பற்றிய நமது

நினைவை, இன்று நாம் எவ்வாறு இருக்கிறோம், எவ்வாறு இருக்கத் துடிக்கிறோம் என்பதை நாம் புரிந்துகொள்ளும் விதத்தை எல்லாம் மட்டுப்படுத்தவும் குறுக்கவும் வரையறுக்கவும் துண்டாடவும் மாசுபடுத்தவும் அது முற்படுகிறது. எந்த வகையான இந்தியாவை அவர்கள் நாடுகிறார்கள்? கொலையாளியின் கத்திக்கு இரையாகிக் குருதிசொட்டும் நிலையில் கிடக்கும் முண்டத்தையா? குதறப்பட்ட இதயத்துள் திணிக்கப்பட்ட கொடியுடன் கிடக்கும் அங்கம் சிதைந்த, தலையற்ற, உயிரற்ற உடல்களையா? அப்படி நடக்க நாம் விடலாமா? அப்படி நடக்க நாம் விட்டுவிட்டோமா?

கடந்த சில ஆண்டுகளில் முளைத்துப் படரும் பாசிசத்தை நமது 'ஜனநாயக' அமைப்புகள் பலவும் சீராட்டி வளர்த்துள்ளன. நாடாளுமன்றம், ஊடகங்கள், காவல்துறை, அரச நிர்வாகிகள், பொதுமக்கள் உட்பட ஒவ்வொரு தரப்பும் பாசிசத்துடன் ஊடாடியதுண்டு. 'மதச்சார்பற்ற தரப்பினர்'கூடப் பாசிசத்துக்கு உகந்த சூழ்நிலையைத் தோற்றுவிக்க உதவிய குற்றத்தைப் புரிந்துள்ளனர். நீங்கள் ஓர் அமைப்பின் (உச்ச நீதிமன்றம் உட்பட) கட்டுப்பாடற்ற அதிகாரங்களை, பொறுப்பும் கடப்பாடும் அற்ற அதிகாரங்களைக் கையாளும் உரிமையை ஆதரித்து வாதாடும் ஒவ்வொரு முறையும் பாசிசத்தை நோக்கியே நகர்கிறீர்கள்.

கடந்த வாரங்களில் இடம்பெற்ற நிகழ்வுகளைத் தேசிய ஊடகங்கள் துணிந்து சாடியமை வியக்கத்தக்கது. பா.ஜ.க.வுடன் கூடிப் பயணித்தவர்கள் பலரும் இப்போது அந்நிகழ்வுகளின் வழியாக முன்னொரு காலத்தில் குஜராத்தாக விளங்கிய நரகத்தைக் கண்டு, துணுக்குற்று, தமது முகத்தை மறுபுறம் திருப்பிக்கொள்கிறார்கள். ஆனால், இவ்வளவு கடுமையுடன் எவ்வளவு காலத்துக்கு அவர்கள் போராடுவார்கள்? எதிர் வரும் ஒரு கிரிக்கெட் பருவத்துக்கான விளம்பரங்களைப் போல் இது அமையப்போவதில்லை. மேலும் எப்போதும் அறிவித்துக் கொண்டேயிருக்க அதிரவைக்கும் படுகொலை நடைபெற்றபடி இருப்பதில்லை. அரசு அதிகாரத்தின் ஆதிக்கக் கருவிகள் அனைத்தும் மெல்லமெல்ல. ஆனால் விடாமல் தொடர்ந்து நுழைந்து வருவதும் பாசிசம்தான். குடிமக்களின் உரிமைகள் மெதுவாக அரிக்கப்படுவதும் அன்றாடம் நிகழும் கவனம் ஈர்க்காத அநீதிகளும் பாசிசம்தான். அதை எதிர்த்துப் போராடுவது என்றால், மக்களின் உள்ளத்தையும் இதயத்தையும் திரும்ப வென்றெடுப்பது. அதை எதிர்த்துப் போராடுவது என்றால், அப்பட்டமான இனவாத அமைப்புகளாகிய ஆர்.எஸ்.எஸ்.

வெட்டுக்கிளிகளை உற்றுக் கேட்டல்

கிளைகளையும் மதரசாக்களையும் தடைசெய்யக் கோருவ தல்ல. இவற்றை கெட்ட சிந்தனைகளாக உணர்ந்து அவற்றை தன்னிச்சையாகக் கைவிடும் நாளுக்காக தொடர்ந்து போராடுவது தான். அரசுத்துறை அமைப்புகளைக் கழுகுக்கண் கொண்டு நோக்கி, அவற்றின் கடப்பாட்டை நிறைவேற்றக் கோருவதாகும். பாமர மக்களின் முணுமுணுப்பை உன்னிப்பாகக் கேட்டறிவ தாகும். நாடு முழுவதும் நிலவும் உண்மையான பிரச்சினைகள் – கொத்தடிமைத்தனம், திருமண உறவினுள் வன்புணர்ச்சி, பாலியல் சார்பு, பெண்களுக்கான கூலி, அணுக் கழிவு கொட்டப் படுதல், வரைமுறையற்றுச் சுரங்கம் தோண்டுதல், நெசவாளரின் குறைகள், விவசாயிகளின் தற்கொலைகள் – குறித்து இடை விடாது முழங்கும் நூற்றுக்கணக்கான எதிர்ப்பியக்கங்களுக்கு அரங்கமைத்துக் கொடுப்பது. குடிபெயர்ப்பு, உடைமை பறித்தல், அன்றாடம் ஓயாத படுவறுமை எனும் வன்முறை என்பவற்றை எதிர்த்துப் போராடுவது.

எதிர்த்துப் போராடுவது என்றால், உங்கள் செய்தித்தாள் பத்திகளையும் தொலைக்காட்சியின் முக்கியவேளை நிகழ்ச்சி களையும் ஆக்கிரமிக்க அவர்களை விடக் கூடாது. மற்றவை அனைத்தையும் விடுத்து மக்களின் கவனத்தைத் திசைதிருப்பும் நோக்குடன் கூடிய தமது போலி உணர்ச்சிப்பெருக்குகளையும் போலி அரங்க நடிப்புகளையும் கொண்டு ஆக்கிரமிக்க அவர் களை விடக் கூடாது.

குஜராத் நிகழ்வுகள் கண்டு இந்திய மக்கள் பலர் பீதியடைந் துள்ளார்கள். அதேவேளை மூளைச்சலவை செய்யப்பட்ட ஆயிரக்கணக்கானோர் அதே பயங்கரத்தின் இதயப் பகுதியில் தீவிரத்துடன் பயணிக்கத் தயாராகிவருகிறார்கள். உங்களைச் சுற்றி உற்றுப் பாருங்கள்: சிறிய பூங்காக்களிலும் மைதானங் களிலும் ஊர்ப்புறங்களிலும் ஆர்.எஸ்.எஸ். அணிவகுத்துச் செல்வதையும் காவிக் கொடியை ஏந்திச் செல்வதையும் காண்பீர்கள். திடுதிப்பென்று அவர்கள் எல்லா இடங்களிலும் காணப்படுகிறார்கள். வயதுவந்த ஆண்கள் காக்கி கால்சட்டை அணிந்து அணிவகுத்துச் செல்கிறார்கள். எங்கே அணிவகுத்துச் செல்கிறார்கள்? எதற்காக அணிவகுத்துச் செல்கிறார்கள்?

பாசிசம் ஒரு குறுகிய காலத்துக்கே மேலோங்கும். பிறகு, அதன் உள்ளார்ந்த மடமையால், அது தன்னைத்தானே அழித்துக் கொள்ளும். அதை அறியாதவாறு அவர்களைத் தடுப்பது, அவர்கள் வரலாறுமீது கொண்ட அலட்சியமே. எனினும் துரதிர்ஷ்டவசமாக, ஓர் அணு ஆயுதத் தாக்குதலை அடுத்து

இடம்பெறும் கதிரியக்கத் துகளின் வீழ்ச்சிபோல் அரை வாழ்நாள் கொண்ட பாசிசம் வருங்காலத் தலைமுறைகளை முடக்கவே செய்யும். இத்தகைய வெகுளித்தனத்தையும் விரோதத்தையும் பகிரங்கமாகக் கண்டிப்பதன் மூலமும் சாடுவதன் மூலமும் கட்டுப்படுத்தவோ அவை தணியும் என்று எதிர்பார்க்கவோ முடியாது. நேயம், சகோதரத்துவம் ஓதும் பாமாலைகள் மிகநன்று. ஆனால் அவை மட்டும் போதாது.

பாசிச இயக்கங்களுக்குத் தேசியத்தின் ஏமாற்ற உணர்வுகள் உரமூட்டிய வரலாறுண்டு. சுதந்திரப் போராட்டத்துக்கு உரமூட்டிய கனவுகள், சில்லறைக் காசுகளைப் போல், சிதறடிக்கப் பட்ட பின்னரே பாசிசம் இந்தியாவுக்கு வந்துள்ளது.

சுதந்திரம்கூட எங்களுக்கு ஒரு ‘மர ரொட்டி’யைப் போலவே – காந்தியின் பெயர்போன உவமை இது – கிடைத்தது. இந்திய – பாகிஸ்தானிய பிரிவினையின்போது மாண்ட ஆயிரக் கணக்கானோரின் குருதிக் கறை படிந்த ஒரு கற்பிதச் சுதந்திரம் அது.

கடந்த அரை நூற்றாண்டு காலமாக, வெறுப்பும் பரஸ்பர நம்பிக்கையின்மையும், இந்திரா காந்தியின் வழிகாட்டுதல், அரசியல்வாதிகளால் தூண்டிவிடப்பட்டு அரசியல் விளை யாட்டுக்குப் பயன்படுத்தப்பட்டு வருகின்றன; ரணங்களை அவர்கள் ஆற விடுவதேயில்லை. அரசியல் கட்சிகள் அனைத்தும் தத்தம் தேர்தல்நலன் கருதி நமது மதச்சார்பற்ற நாடாளுமன்ற ஜனநாயகத்தின் எலும்பு மஜ்ஜையைத் தோண்டித் துருவு கின்றன. ஒரு திடலைக் கறையான்கள் அரித்தெடுப்பது போல், ‘மதச்சார்பின்மை’ பொடிப்பொடியாய் நொறுங்கும் வண்ணம் அதைக் கீழறுத்து, சுரங்கங்களை யும் சுரங்கப் பாதைகளையும் அவர்கள் அமைத்துள்ளார்கள். நாடாளுமன்ற ஜனநாயகத்தின் முதுகெலும்பாக விளங்கும் அரசியலமைப்பு, நாடாளுமன்றம், நீதித்துறை ஆகிய மூன்றையும் இணைக்கும் கட்டமைப்பின் அத்திவாரம் அவர்களின் செயல்களால் ஆட்டம் கண்டுள்ளது. இத்தைகைய சூழ்நிலையில் அரசியல்வாதிகளைத் தொடர்ந்து குறைகூறுவதோ அவர்களால் கைக்கொள்ள முடியாத ஒழுக்கத்தைக் கைக்கொள்ளும்படி அவர்களிடம் கோருவதோ பயனளிக்காது. ஒரு நாட்டு மக்கள் தமது தலைவர்களைப் பற்றி இடைவிடாது முறையிடுவது இரங்கத்தக்க ஒன்று. நம் தலைவர்கள் நம்மைக் கைவிட்டு விட்டார்கள் என்றால், அதற்கு நாம் அனுமதித்துவிட்டோம் என்பதே உண்மை. சமூகத்தைத் தலைவர்கள் கைவிட்டது போல், தலைவர்களைச்

சமூகம் கைவிட்டது என்றும் வாதிடலாம். நமது நாடாளு மன்ற ஜனநாயகத்தில் ஓர் ஆபத்தான குறைபாடு உள்ளதையும் அரசியல்வாதிகள் அதைப் பயன்படுத்துவார்கள் என்பதையும் நாம் ஒப்புக்கொள்ள வேண்டியுள்ளது. அதன் விளைவே நாம் குஜராத்தில் கண்ணுற்ற சுடுகாடு. தீ உள்ளூரக் கனன்று கொண்டிருக்கிறது. ஓர் ஒட்டு மொத்த தீர்வு மூலம் அதை நாம் அணைக்க வேண்டியுள்ளது.

எனினும், பாசிசம் நம் நாட்டுக்குள் கால்பதித்ததற்கு, அரசியல்வாதிகள் இன வேற்றுமைகளைப் பயன்படுத்துவது மட்டும் காரணமல்ல. தமக்குக் கண்ணியமான, பாதுகாப்பான, வறுமையற்ற வாழ்வு கிடைக்கும் என்பதில் சாதாரணக் குடிமக்கள் கொண்ட மிதமான நம்பிக்கை கடந்த ஐம்பது ஆண்டுகளாகத் தகர்க்கப்பட்டு வந்துள்ளது. இந்த நாட்டில் இயங்கும் 'ஜனநாயக' அமைப்புகள் அனைத்தும் தம்மைப் பொறுப்பும் கடப்பாடுமற்ற அமைப்புகளாகவும், சாதாரணக் குடிமக்களால் அணுக முடியாத அமைப்புகளாகவும், உண்மை யான சமூக நீதியின் நலன்கருதிச் செயல்பட முடியாத அமைப்புகளாகவுமே அமைத்துவந்துள்ளன. உண்மையான சமூக மாற்றத்துக்கான திட்டங்கள் அனைத்தும் – நிலச் சீர்திருத்தம், கல்வி, பொதுச் சுகாதாரம், இயற்கை வளங்களின் சரிநிகர் விநியோகம், தாழ்த்தப்பட்டோருக்குச் சார்பான செயல் முறை – அனைத்தும் பிய்த்தெறியப்பட்டுள்ளன. தமது பலமான ஆதிக்கத்துள் அரசியல் முறைமையை அமுக்கிவைத்திருக்கும் சாதிகளால், வர்க்கத்தவர்களால் புத்திசாலித்தனமாகவும், தந்திரமாகவும், தொடர்ச்சியாகவும் இது செய்யப்பட்டுள்ளது. நிலப்பிரபுத்துவ அடிப்படை கொண்ட நமது சமூகத்தின் மீது இப்போது கார்ப்பொரேட்டுகளின் உலகமயமாக்கல் திணிக்கப்படுகிறது. விடாப்பிடியாகவும் தான்தோன்றித் தனமாகவும் திணிக்கப்படுகிறது. சமூகச் சரடு, சமூக அடுக்கு, சமூகக் கட்டுமானம் அனைத்தையும் கிழித்து, அதன் பண்பாட்டையும் பொருளாதாரத்தையும் குதறும் வண்ணம் இது செயல்படுத்தப்படுகிறது.

அசலான பிரச்சினை இங்கே உள்ளது. பாசிசவாதிகள் அதைத் தோற்றுவிக்கவில்லை. ஆனால், பாசிசவாதிகள் அதைச் சிக்கெனப் பிடித்து, தலைகீழாகக் கவிழ்த்து, ஒரு பயங்கரமான, போலித்தனமான பெருமையுணர்வைக் கட்டி எழுப்பியுள் ளார்கள். மதத்தை அடிப்படையாகக் கொண்டு ஆட்களை அவர்கள் அணிதிரட்டியுள்ளார்கள். வாழ்க்கைமீது பிடிப் பிழந்தவர்களை, தமது வீடுகளிலிருந்தும் சமூகங்களிலிருந்தும்

வேரறுக்கப்பட்டவர்களை, தமது பண்பாட்டையும் மொழியையும் இழந்தவர்களை ஏதோவொரு விதத்தில் பாசிசவாதிகள் பெருமைப்படவைக்கிறார்கள். மக்கள் பாடுபட்டு அடைந்த – தங்களின் தனிப்பட்ட சாதனை என்று பெருமைப்படத்தக்க – ஒன்றல்ல அது. அவர்கள் பெற்றிருப்பதாகக் கருதப்படும் ஒன்று; சரியாகச் சொன்னால், இன்று அவர்கள் பெற்றிருக்காததாகக் கருதப்படும் ஒன்று. அத்தகைய பெருமையின் பொய்மையும் வெறுமையும் ஒரு வாள்வீரனுக்கு உண்டாவது போன்ற சீற்றத்தை மேலோங்கவைக்கின்றன. அப்புறம் மேடையேற்றப்படும் போலி இலக்கை நோக்கி அத்தகைய சீற்றம் திசை திருப்பிவிடப்படுகிறது.

இந்த நாட்டின் மிகவறுமைப்பட்ட மக்களைத் தங்கள் காலாட்படையினராகப் பயன்படுத்தி இரண்டாம் நிலையிலுள்ள மிகவறுமைப்பட்ட சமூகத்தைக் குடிபெயர்த்து, விரட்டியடித்து, வேரறுக்க எத்தனிக்கும் திட்டத்தை வேறு எப்படி நீங்கள் விளக்குவீர்கள்? ஆயிரக்கணக்கான ஆண்டுகளாக உயர் சாதிகளால் கழிவிலும் கீழாகக் கருதப்பட்ட, தாழ்த்தப்பட்ட, ஒடுக்கப்பட்ட, குஜராத்வாழ் தலித்களும் ஆதிவாசிகளும் தங்களை அடக்கி ஒடுக்குவோருடன் ஒருங்கிணைந்து தங்களைவிட ஓரளவு மட்டுமே மேலான மக்களுக்கு எதிராகக் கிளம்புவதற்கான காரணத்தை வேறு எப்படி நீங்கள் விளக்குவீர்கள்? அவர்கள் கூலி அடிமைகளா, கூலிப் படையினரா? அவர்களை ஆதரித்து, அவர்கள் புரிந்த செயல்களுக்கான பொறுப்பிலிருந்து அவர்களை விடுவிப்பது சரியா? அல்லது எனக்குத்தான் மூளை மழுங்கிவிட்டதா?

ஏழைகள் தமது உண்மையான எதிரிகளை அணுக முடியாதவர்களாக, வெல்ல முடியாதவர்களாகவே காணப்படுகிறார்கள். எதிரிகள் அவர்கள் கண்களில் தென்படுவதே இல்லை. ஏழைகளைக் கட்டாந்தரையில் தறிகெட்டலையவிட்டுவிட்டு, இந்துத் தாய்மடிக்கு மீள்வது பற்றிப் பிதற்றித் திரியும் அவர்களின் நெறிகெட்ட தலைவர்கள் விருந்துண்டு களிக்கிறார்கள். ஆதலால் ஏழைகள் தமது சினத்தையும் வெறுப்பையும் ஏழ்மை மிகுந்த அடுத்த தரப்பினர் மீது காட்டுவது வழக்கமான நடைமுறையாக உள்ளது. (இதை உலகளாவிய இந்துப் பேரரசு அமைப்பதற்கான முதற் படி என்று கொள்ளலாம். முன்னர் உயிர்த்துடிப்புமிக்க இலக்கைப் போல் தென்பட்டு, பின்னர் தோல்வியடைந்த பாசிச இலக்குகளுக்குச் சில எடுத்துக்காட்டுகள்: புகழ்படைத்த உரோமப் பேரரசுக்குப்

புத்துயிரூட்டல், ஜெர்மன் இனத்தைத் தூய்மைப்படுத்தல், ஓர் இஸ்லாமியப் பேரரசை அமைத்தல்).

இந்தியாவில் முஸ்லிம்கள் பதினைந்து கோடிப்பேர் வாழ்கிறார்கள். அவர்களைப் பாசிசவாதிகள் தமது நியாயபூர்வமான இரையாகக்கொள்கிறார்கள். ஓர் 'உள்நாட்டுப் போரில்' முஸ்லிம்கள் ஒழித்துக்கட்டப்படும்போது உலகம் வெறுமனே பார்த்துக் கொண்டிருக்கும் என்று மோடி, பால் தாக்கரே போன்றவர்கள் எண்ணுகிறார்களா? ஐரோப்பிய ஒன்றியமும் பிற நாடுகள் பலவும் குஜராத் நிகழ்வை நாசி ஆட்சியுடன் ஒப்பிட்டுக் கண்டித்த செய்திகள் ஊடகங்களில் வெளிவந்துள்ளன. வெளிநாட்டவர்கள் இந்திய ஊடகங்களைப் பயன்படுத்தி (காஷ்மீரில் நிகழும் கொடுமைகள் போன்ற) ஓர் 'உள்நாட்டு விவகாரம்' பற்றிக் கருத்துரைக்கக் கூடாது என்று இந்திய அரசாங்கம் துர்க்குறியுடன் அதற்கு மறுமொழி கூறியுள்ளது.

அடுத்தது என்ன? தணிக்கையா? இணையத்தை மூடுவதா? சர்வதேசத் தொலைபேசி அழைப்புகளைத் தடுப்பதா? பிழையான 'பயங்கரவாதிகளை'க் கொல்வதா, டி.என்.ஏ. மாதிரிக்கூறுகளை இட்டுக்கட்டுவதா? அரச பயங்கரவாதம் போன்றொரு பயங்கரவாதம் வேறெதுவும் இல்லை.

அவர்களை எதிர்கொள்வது யார்? அவர்களின் பாசிச பசப்புரையை எதிர்க்கட்சிகளின் மின்னலும் முழக்கமும் தகர்க்கக் கூடும். இதுவரை பீகாரில் ஆர்.ஜே.டி. எனப்படும் தேசிய மக்கள் கட்சியின் தலைவர் லல்லூ யாதவ் மட்டுமே உண்மையில் உணர்ச்சிபொங்க அறைகூவல் விடுத்துள்ளார்: 'எந்தத் தாய்க்குப் பிறந்தவன் இது ஓர் இந்து தேசம் என்கிறான்? அவனை இங்கே அனுப்பிவையுங்கள். அவன் மார்பைப் பிளந்து விடுகிறேன்.'

துரதிருஷ்டவசமாக, விரைவான தீர்வு கிடைக்கப் போவதில்லை. பாசிசம் கண்டு கொதித்தெழுவோர் அனைவரும் சமூகநீதி காக்க உறுதிபூண்டால், அவர்கள் பூணும் உறுதி அவர்களுடைய கொதிப்பின் மும்முரத்துக்கு ஈடுகொடுத்தால் மாத்திரமே பாசிசத்தை விரட்டியடிக்க முடியும்.

நமது பந்தயத்தைத் தொடங்க நாம் தயாரா? பல லட்சக் கணக்கில் பரந்திருக்கும் நாம் தெருக்களில் மாத்திரமன்றி வேலைத்தலங்களிலும் பள்ளிக்கூடங்களிலும் வீடுகளிலும் அணி திரளத் தயாரா? நமது ஒவ்வொரு முடிவையும் ஒவ்வொரு தெரிவையும் நாம் அணிதிரண்டு எடுக்கத் தயாரா?

அல்லது இன்னும் தயாராகவில்லையா..?

அதற்கு நாம் தயாராகவில்லை என்றால், ஆண்டுகள் பல கழிந்த பிறகு, எஞ்சிய உலகம் நம்மை ஒதுக்கிய பிறகு (எஞ்சிய உலகம் நம்மை ஒதுக்கவே வேண்டும்), ஹிட்லரின் ஜெர்மனியில் வாழ்ந்த சாதாரண குடிமக்களைப் போல் நாமும் நமது சக உலக மனிதர்களின் விழிகளில் அருவருப்பையே எதிர்கொள்வோம். நாம் செய்த அல்லது செய்யாத காரியத்துக்கு, நாம் எதை நடக்கவிட்டோமோ அதை நடக்கவிட்டதற்காக வெட்கித் தலைகுனியப் போவதால், நம் சொந்தப் பிள்ளைகளின் விழிகளையும் நம்மால் கண்கொண்டு பார்க்க முடியாது போய்விடும்.

இந்தியாவில் வாழும் நாம் இரவைக் கடக்க விண்ணகம் நமக்கு உதவுமாக.

இந்தக் கட்டுரை 6 மே 2002 அவுட்லுக் இதழில் வெளிவந்தது.

மாளிகையில் ஊழல்

ஊழல் குற்றச்சாட்டுகள் வேடிக்கையாக இருக்கும். குறிப்பாக, போதகர்களை மேடைகளிலிருந்து உதைத்து வீழ்த்தி, புனிதர்களின் தலைகளைச் சூழும் ஒளிவட்டங்களைச் சிதறடிப்பவை. எனினும் சில ஊழல் குற்றச்சாட்டுகளில் சுமத்துவோரைவிடச் சுமத்தப்படுவோர் அதனால் நைந்து, நலிந்து போவதுண்டு. இப்போது நாம் அத்தகைய ஊழல் குற்றச்சாட்டின் மையத்தில்தான் நிற்கிறோம்.

அதன் மையத்தில் நிலைகொண்டிருப்பவர் இந்தியாவின் முன்னாள் தலைமை நீதிபதி ஒய்.கே. சபார்வால். சமீபகாலம்வரை இந்த நாட்டின் அதிகாரம் மிகுந்த பீடமாகிய உச்ச நீதிமன்றத்துக்குத் தலைமை வகித்தவர் அவர். முன்னாள் தலைமை நீதிபதி பற்றியும் அவரது பதவிக்காலம் பற்றியும் ஊழல் குற்றச்சாட்டு எழும்பும் இவ்வேளையில், உச்ச நீதிமன்றத்துக்குத் தீங்குநேராமல் அவரைத் தீவிர விசாரணைக்குட்படுத்துவது சற்றுக் கடினமாகிறது. ஏனெனில், நம்மில் சிலர் அனுபவப்பட்டது போல், உச்ச நீதிமன்றத்தைப் பற்றி எதிர்மறையாகக் கருத்துரைப்பவர்கள் நேராகச் சிறை செல்லவும் நேரலாம். இது ஓநாய், கோழி, தானிய மூட்டை மூன்றையும் ஒவ்வொன்றாக எடுத்துக் கொண்டு ஆற்றைக் கடப்பது போன்றது. ஆற்றின் நீர் மட்டம் உயர்ந்துள்ளது. படகோ ஓட்டை. எனக்கு அதிர்ஷ்டம் கைகொடுக்க வாழ்த்துங்கள்.

உயர்வான நீதித்துறை, குறிப்பாக உச்ச நீதிமன்றம், சட்டத்தை நிலைநிறுத்துவதுடன் நின்று

விடுவதில்லை. நமது வாழ்வை மிகவும் நுணுக்கமான முறையில் அது நிருவகித்தும் வருகிறது. சிறிய, பெரிய விஷயங்கள் பற்றி எல்லாம் அது தீர்ப்புரைத்து வருகிறது. சூழலுக்கு உகந்தது எது, ஆகாதது எது? அணை கட்ட வேண்டுமா? ஆறுகளை இணைக்க வேண்டுமா? மலைகளை நகர்த்த வேண்டுமா? மரங்களை வீழ்த்த வேண்டுமா? இவை குறித்து உயர் நீதித் துறையே முடிவெடுக்கிறது. நமது மாநகரங்கள் எப்படித் காட்சியளிக்க வேண்டும், அங்கெல்லாம் வாழும் உரிமை யார் யாருக்கு இருக்கிறது? இவை பற்றியும் உயர்வான நீதித்துறையே முடிவெடுக்கிறது. சேரிகளை அகற்ற வேண்டுமா? தெருக்களை அகலப்படுத்த வேண்டுமா? கடைகளை மூடி முத்திரை வைக்க வேண்டுமா? வேலைநிறுத்தம் செய்ய அனுமதிக்க வேண்டுமா? ஆலைகளை மூட வேண்டுமா, இடம்மாற்ற வேண்டுமா, தனியார் மயமாக்க வேண்டுமா? என்பனவற்றை உயர்வான நீதித்துறையே முடிவெடுக்கிறது. பாடநூல்களில் என்னென்ன விஷயங்கள் இடம்பெற வேண்டும்? அரசாங்கப் பேருந்துகளுக்கு எத்தகைய எரிபொருள் பயன்படுத்த வேண்டும்? பேருந்துப் போக்குவரத்துக் குற்றங்களுக்கு என்னென்ன அபராதங்கள் விதிக்க வேண்டும்? நீதிபதிகளின் கார் விளக்குகள் என்ன நிறத்தில் (சிவப்பு நிறத்தில்) இருக்க வேண்டும், அவை பளபளக்க வேண்டுமா, வேண்டாமா? (பளபளக்க வேண்டும்) போன்றவற்றிலும் உயர்வான நீதித் துறையே முடிவெடுக்கிறது. உலகின் மாபெரும் ஜனநாயக நாடு என்று தன்னை விளம்பரப்படுத்தும் இந்த நாட்டின் பொதுநலக் கொள்கையைத் தீர்மானிக்கும் தலையாய பீடமாக நீதித்துறை மாறியுள்ளது.

அரசியல்வாதிகள் குறித்தும், அவர்கள் விலைபோதல் குறித்தும் மக்களிடையே எழுந்த அதிருப்தி அலை காரண மாகவே நீதித்துறை முதன்முதலில் செயல்படத் தொடங்கியது என்பது நகைமுரண். வறியோருக்கும் விளிம்புநிலையினருக்கும் நீதி தேடித்தரும் பொதுநல இயக்கங்களையும் சாதாரணக் குடிமக்களையும் வரவேற்கும் வண்ணம் நீதிமன்றங்கள் 1980களில் தமது கதவுகளைத் திறந்துவிட்டன. அதுவே பொதுநல மனு காலத்தின் தொடக்கம். அது கொஞ்சம் நம்பிக்கைக்கும் எதிர் பார்ப்பிற்கும் இடமளித்தது. பொதுநல மனு நடவடிக்கை மூலம் நீதிமன்றங்களை மக்கள் அணுகுவதற்கும் நீதித் துறை மக்களை அணுகுவதற்கும் வாய்ப்புக் கிடைத்தது. அதனால் அதுவரை தனது வரம்புக்கு அப்பாலிருந்த பிரச்சினைகளில் நீதித்துறை தாக்கம் செலுத்தும் சூழல் ஏற்பட்டது. எனவே, பொதுநல மனு நடவடிக்கையே நீதிமன்றங்களை அதிகாரம் மிக்கவையாக மாற்றியது என்றும் வாதிடலாம். இந்திய நீதித்

துறை கடந்த 15, 16 ஆண்டுகளாக அடுத்தடுத்து முக்கியமான தீர்ப்புகளை அளித்துத் தனது சொந்த அதிகார வரம்பை வியக்கத்தக்கவகையில் விரிவுபடுத்தியுள்ளது.

இன்று நவீன – தாராளமயம் நமது வாழ்விலும் கற்பனை யிலும் அதன் பற்களை ஆழமாகப் பதிந்திருக்கிறது. லட்சக் கணக்கானோர் ஏழைகளாக்கப்பட்டு அவர்களின் உடைமை கள் பறிக்கப்பட்டு இந்தியா 10 சதவிகித வளர்ச்சியை எட்டி யிருக்கும் நிலையில் அரசு மேலோங்கும் எதிர்ப்புகளை அடக்க நுட்பமான வழிமுறைகளைக் கையாள வேண்டியுள்ளது. நடுத்தர வர்க்கத்தினரும் மேல்தட்டு வகுப்பினரும் வாஞ்சையுடன் அழைக்கும் சட்டத்தின் ஆட்சி என்பது அரசு நாடும் வழிமுறை களுள் ஒன்று. சட்டத்தின் ஆட்சி என்பது ஒரு தனித்துவ மான நெறிமுறை. பெரும்பாலும் அதை நீதிநெறியிலிருந்து அகற்றி நிலைநிறுத்த முடியும். சட்டத்தின் ஆட்சி என்னும் சொற்றொடர் அதன் சூழ்நிலையிலிருந்தே அதற்குரிய அர்த்தத்தைப் பெற்றுக்கொள்கிறது. என்னென்ன சட்டங்கள் உள்ளன, அவை யார்யாரைப் பாதுகாக்க வகுக்கப்பட்டுள்ளன என்பதை வைத்தே அதற்குரிய அர்த்தத்தைப் பெற்றுக்கொள்கிறது.

எடுத்துக்காட்டாக, 1990களின் தொடக்கத்திலிருந்தே தொழிலாளர்களின் உரிமைகளும் சாதாரண மக்களின் அடிப்படை உரிமைகளும் (வசிப்பிடம், சுகாதாரம், கல்வி, தண்ணீர் பெறும் உரிமைகளும்) திட்டமிட்டுப் பறிக்கப்பட்டன. பறிக்க வேண்டுமென்பது சர்வதேச நாணய நிதியம், உலக வங்கி, ஆசிய அபிவிருத்தி வங்கி போன்ற சர்வதேச நிதி நிறுவனங்களின் முன்நிபந்தனை மட்டுமல்ல; நாட்டுக்கு அவை கடன்கொடுக்க இணங்குமுன்னர் பட்டவர்த்தனமாக எழுதி வாங்கும் நிபந்தனையும்கூட (அது நாகரிகமாகக் 'கட்டமைப்பு அனுசரிப்பு' எனப்படுவதுண்டு). இத்தகைய சூழ்நிலையில் சட்டத்தின் ஆட்சி என்பது எவ்வாறு பொருள்படுகிறது?

A People's History of The United States என்னும் நூலில் *Howard Zinn* இதை அழகாக எடுத்துக்கூறியுள்ளார்: 'செல்வமும் அதிகாரமும் ஏற்றத்தாழ்வுகளுடன் நிலைபெற்றுள்ளன. அத்தகைய ஏற்றத்தாழ்வுகளைச் 'சட்டத்தின் ஆட்சி' ஒழிப்ப தில்லை. மாறாக, சட்டபூர்வமான அதிகாரத்தைக் கொண்டு அத்தகைய ஏற்றத்தாழ்வுகளை அது நிலைநிறுத்தி வருகிறது. அதற்குப் பலியாவோரைத் திகைக்கச்செய்யும் விதத்தில் சிக்க லான, மறைமுகமான வழிகளில்... செல்வத்தையும் வறுமையை யும் அது ஒதுக்கீடு செய்கிறது.'

தேர்ந்தெடுக்கப்படும் அரசாங்கங்கள், மக்கள் விரும்பாத முடிவுகளை (எடுத்துக்காட்டாக, லட்சக்கணக்கான மக்களை அவர்களுடைய கிராமங்களிலிருந்தும் நகரங்களிலிருந்தும் தொழில் துறைகளிலிருந்தும் அகற்றும் முடிவுகளை) எடுப்பது மென்மேலும் சிக்கலாக்கி வருவதால், சட்டத்தின் ஆட்சியை நிலைநிறுத்துவதற்கான முடிவுகளை எடுக்கும் பொறுப்பு இப்போது நீதிமன்றங்கள்மீது விழுந்துள்ளது. எனினும் நீதித் துறையின் அதிகாரங்கள் அதிகரித்தும்கூட, தனது முடிவு களுக்குப் பொறுப்பேற்கும் அதன் கடப்பாடு அதிகரிக்கவில்லை. ஜனநாயக நாடுகளில் ஏனைய துறைகள் பரிசீலனைக்கும் சமன்படுத்துலுக்கும் உட்பட்டிருப்பது வழக்கம். அத்தகைய முறைமைகளைத் தன்மீது புகுத்தும் முயற்சிகள் அனைத்தை யும் தடுப்பதில் நீதித்துறை வெற்றிபெற்றுள்ளது. நீதித்துறை யின் முறைகேடு தொடர்பான விஷயங்களை ஆராய்வதற்குச் சுதந்திரமான ஒழுங்குமுறை ஆணையம் அமைக்கப்பட வேண்டுமென்று நீதித்துறை பொறுப்பேற்புக் கடப்பாட்டுக் குழு முன்வைத்த யோசனையையும் நீதித்துறை எதிர்த்துள்ளது. தலைமை நீதிபதியின் ஒப்புதல் பெறாது, பதவி வகிக்கும் எந்த நீதிபதிக்கும் எதிராக முதல் தகவல் அறிக்கையைப் பதிவுசெய்ய முடியாது என்றும் நீதித்துறை ஆணையிட்டுள்ளது (அதற்குத் தலைமை நீதிபதியின் ஒப்புதல் என்றுமே கிடைத்த தில்லை). தகவல் அறியும் உரிமைச் சட்டத்துக்கு உட்படாத வாறு தன்னைப் பாதுகாப்பதிலும் இதுவரை அது வெற்றி பெற்றுள்ளது. நீதிமன்ற அவமதிப்புச் சட்டமே நீதித்துறையின் ஆயுதங்களுள் மிகவும் வலுவானது. அதன்படி, நீதிமன்ற அதிகாரத்தின் மீது 'அவதூறு தெரிவிக்கும்' வண்ணம் அல்லது அதை 'இழிவுபடுத்தும்' வண்ணம் எதையாவது செய்வது அல்லது சொல்வது குற்றம். இது ரகசிய மொழியில் இயற்றப் பட்ட சட்டம்; பெண்களுக்கு நாணத்தைப் போதிக்கும் பழங்காலக் கருத்துகளுக்கு உகந்த சட்டம். எனினும் நீதித் துறையை விமர்சிப்பவர்களை அமைதிப்படுத்தவும் அசௌகரிய மான கேள்விகளை எழுப்புவோரைச் சிறையில் தள்ளுவதற்கும் வகைசெய்யும் கொடுங்கோன்மையான, வல்லமை மிக்க அதிகாரங்களை இச்சட்டம் நீதித்துறைக்கு அளிக்கிறது. எனவே நீதித்துறையில் நிலவும் முறைகேடுகளை வெளியிடுவதிலும் அன்றாடம் நமது நீதிமன்றங்களை உலுக்கும் ஊழல்களை அம்பலப்படுத்துவதிலும் ஊடகங்கள் அடக்கி வாசிப்பது ஆச்சரியமல்ல. ஊடகர்கள் பெரும்பாலானோர் நீண்ட குற்ற வழக்கு விசாரணையைச் சந்திக்கவோ சிறைத் தண்டனையைப் பெறவோ விரும்புவதில்லை. சமீபகாலம்வரை நீதிமன்ற

அவமதிப்புச் சட்டத்தின்படி உண்மையைக்கூடப் பாதுகாப் பாகக் கொள்ள முடிவதில்லை. எடுத்துக்காட்டாக, ஒரு நீதிபதி ஒருவரைத் தாக்கிவிட்டார் அல்லது வன்புணர்ச்சிக்கு உட்படுத்திவிட்டார் அல்லது சாதகமான தீர்ப்பளிப்பதற்குக் கைமாறாக லஞ்சம் பெற்றுக்கொண்டார் என்பதற்கு நம்மிடம் முதல் தோற்றச் சான்று உண்டு என்று வைத்துக்கொள்வோம். அது நீதிமன்றத்தின் அதிகாரத்தின் மீது ‘ஊழல் குற்றச்சாட்டு சுமத்துவதாக’ அல்லது ‘ஊழல் குற்றச்சாட்டைச் சுமத்த முற்படுவதாக’ அல்லது அதை ‘இழிவுபடுத்துவதாக’ அல்லது ‘இழிவுபடுத்த முற்படுவதாக’ அமையும் என்பதால், அத்தகைய சான்றை வெளியிடுவது ஒரு குற்றச் செயலாகிவிடும்.

ஆம், நிலவரம் இப்போது சற்று மாறிவிட்டது ஆனால் கொஞ்சம்தான். நீதிமன்ற அவமதிப்புக் குற்றச்சாட்டில் உண்மை என்பது அனுமதிக்கத்தக்க பாதுகாப்பு நடவடிக்கையாக அமைக்கும் விதத்தில் கடந்த ஆண்டு நீதிமன்ற அவமதிப்புச் சட்டத்தை நாடாளுமன்றம் திருத்தியமைத்தது. எனினும் (சபார்வால் விஷயம் அல்லது விவகாரம் போன்ற) ஒரு விஷயத்தை நிறுவ முதலில் அது விசாரிக்கப்பட வேண்டும். ஆனால் ஒரு விஷயத்தை விசாரிக்க வேண்டுமென்று நீங்கள் கேட்கும்போது, அதற்கான வாதத்தை நீங்கள் முன்வைக்க நேரும்; உங்கள் வாதத்தை முன்வைக்கும்போது, நீங்கள் நீதிபதி ஒருவர்மீது இகழத்தக்க உள்நோக்கத்துடன் சுமத்துவதாக கருதப்படும். அதையே ஓர் அவமதிப்பாகக் கொண்டு உங்களைக் குற்றவாளி என்று தீர்ப்பளிக்க முடியும். அதாவது: எதையும் விசாரிக்காமல் நிரூபிக்க முடியாது; எதையும் நிரூபிக்காமல் விசாரிக்கவும் முடியாது!

நம்முன் வைக்கப்பட்டுள்ள ஒரேயொரு மாற்று நடைமுறை, தூய சிந்தனைகளில் ஈடுபடுவதே.

எடுத்துக்காட்டாக:

(அ) இந்திய நீதிபதிகள் தெய்வப் பிறவிகள்.

(ஆ) பண்பு, திட்பம், ஒழுக்கம், திறந்த மனது, நேர்மை என்பன நமது நீதிபதிகளின் பிறவி மரபணுவிலேயே பொறிக்கப்பட்டுள்ளன.

(இ) நமது குடியரசின் வரலாற்றில் எந்த நீதிபதியும் எந்த விதத்திலும் குற்றச்சாட்டுக்கோ ஒழுங்கு நடவடிக்கைக்கோ உள்ளாக்கப்பட்டதில்லை.

(ஈ) நீதித்துறை வாழ்க! இந்தியா வாழ்க!

நீதித்துறையில் நிலவும் ஊழல் பற்றி நீதிபதி எஸ்.பி. பரூச்சா போன்ற முன்னாள் தலைமை நீதிபதிகள் பகிரங்கமாகப் பேசுவது சிக்கலானதாக இருக்கிறது. அப்படிப்பட்ட வேளைகளில் நாம் காதைப் பொத்திக்கொள்ள வேண்டும் அல்லது ஒரு மந்திரத்தை உச்சரிக்க வேண்டும் போலும்.

நீதித்துறை நிகழ்த்தும் சர்வாதிகாரத்துக்கு உட்பட்டே நாம் வாழ்ந்துவருகிறோம். அதை ஒப்புக்கொள்வதால் நமது பெருமைக்கு இழுக்கு நேரலாம். நமது சுதந்திர உணர்வு கட்டுண்டு போகலாம். எனினும் இப்போது நீதித்துறையின் உள்ளேயே பழி கிளம்பியுள்ளது.

தில்லி வாழ் மக்களுக்கு 2006 கடினமான ஆண்டாக இருந்தது. உச்ச நீதிமன்றம் அடுத்தடுத்துப் பிறப்பித்த கட்டளைகளால், பல்லாண்டுகளாக மனம்போன போக்கில், தன் விருப்பத்திற்கும் சட்டதிட்டத்துக்கு அப்பாற்பட்டும் வளர்ந்த தில்லி மாநகரத்தின் தோற்றமே மாறிவிட்டது. அப்போது தலைமை நீதிபதியாக விளங்கிய ஒய்.கே. சபார்வாலின் தலைமையில் இயங்கிய அமர்வு *(Division Bench)*, ஆயிரக்கணக்கான கடைகளையும் வீடுகளையும் வர்த்தக வளாகங்களையும் 'சட்ட விரோத' வியாபாரங்கள் நடைபெறும் இடங்களென்று குறிப்பிட்டு, அவற்றை மூடும்படி உத்தரவிட்டது. அவற்றுள் சில பத்திருபதாண்டுகளாகத் தில்லியின் பழைய வளர்ச்சித் திட்ட வரைபடத்திற்கு மாறாகக் குடியிருப்புப் பகுதிகளுக்கு வெளியே இயங்கி வந்தவை. மூல வரைபடத்தில் இவ்வியாபார நிலையங்களுக்கான நிலப் பயன்பாடு உறுதிசெய்யப்படவில்லை என்பது உண்மையே. ஆனால் மூலத் திட்டத்தை நடைமுறைப் படுத்துவதற்குப் பொறுப்பான மாநகர அதிகாரிகள் எவ்வளவு வர்த்தக நிலப்பரப்பை வளர்த்தெடுக்க வேண்டியிருந்ததோ அதில் கால்வாசியை மட்டுமே வளர்த்தெடுத்திருந்தார்கள். ஆதலால் மக்கள் (வாழ்நாள் முழுவதும் சேமித்த பணத்தைச் செலவிட்டு) தங்கள் சொந்த ஒழுங்குகளை மேற்கொண்டபோது மாநகர அதிகாரிகள் முகத்தை வேறு பக்கம் திருப்பிக்கொண்டார்கள். பிறகு திடுதிப்பென்று மேலோங்கும் புதிய வல்லரசின் தலைநகரமாகத் தில்லி மாறியது. வல்லரசின் தலைநகராகத் தென்படும்படி அதன் தோற்றத்தை மாற்ற வேண்டியிருந்தது. அதற்கு மிகவும் எளிதான வழியாக, சட்டத்தின் ஆட்சியே இருந்தது.

வியாபார நிலையங்களை மூடியபடியால் பல்லாயிரக்கணக்கான மக்களின் வாழ்வும் பிழைப்பும் பாதிப்புக்குள்ளானது.

அதனால் ஆர்ப்பாட்டங்களும் கலவரங்களும் ஏற்பட்டன. மாநகரம் பற்றி எரிந்தது. அதிரடிப் படை வரவழைக்கப் பட்டது. ஆற்றாமையால் குமுறியெழுந்த மக்களின் சீற்றம் கண்டு துணுக்குற்ற தில்லி மாநகராட்சி மன்றம் நீதிமன்றத்தை அணுகி அதன் முடிவை மறுபரிசீலனை செய்யும்படி வேண்டிக் கொண்டது. புதிய '2021 – திட்ட வரைபடம்' ஒன்றை அது முன்வைத்தது. அதன் மூலம் வர்த்தகத்துக்கான இடங்களில் வசிக்கவும் அதுவரை 'வசிக்க' ஒதுக்கப்பட்ட இடங்களில் வர்த்தகம் செய்யவும் அனுமதி அளிக்கப்பட்டது. அதற்கும் நீதிபதி சபார்வால் அசைந்துகொடுக்கவில்லை. வியாபார நிலையங்களை மூடும் நடவடிக்கை தொடரவேண்டுமென அவர் தலைமையில் இயங்கிய அமர்வு நீதிமன்றம் உத்தரவிட்டது.

ஏறத்தாழ அதே சமயம் நங்கலா மாச்சி குடியிருப்புத் தொகுதியையும் சேரிக் குடியிருப்புகளையும் தகர்க்கும்படி உச்ச நீதிமன்றத்தின் மற்றொரு அமர்வு உத்தரவிட்டது. அதனால் பல்லாயிரக்கணக்கானோர் வாழ்விடத்தை இழந்தனர். தகர்க்கப் பட்ட தமது குடிசைகளின் சிதைவுகளில், பொசுக்கும் கோடை வெயிலில் அவர்கள் வசிக்க நேர்ந்தது. 'உரிமம்பெறாத' விற்பனையாளர்கள் அனைவரையும் மாநகரத் தெருக்களி லிருந்து அப்புறப்படுத்தும்படி உச்ச நீதிமன்றத்தின் பிறிதொரு அமர்வு உத்தரவிட்டது. இவ்வாறு தில்லியிலிருந்து ஏழைகள் விரட்டப்பட்ட அதேவேளையில், புதுவகை மாநகரமாகத் தில்லி மலர்ந்துகொண்டிருந்தது. பன்னாட்டு நிறுவனங்கள் தங்கள் புத்தம்புதிய பொருள்களைக் காட்சிக்குவைத்திருந்த குளுமையூட்டப்பட்ட பேரங்காடிகளுடனும் பல்லடுக்கு வளாகங்களுடனும் மினுங்கிய மாநகரமாகியது. மூடப்பட்ட கடைகள், அலுவலகங்கள் ஆகியவற்றின் உரிமையாளர்களுள் சற்று வசதிபடைத்தவர்கள் புதிய பேரங்காடிகளில் இடம் பிடிக்கும் வரிசையில் நின்றார்கள். அதனால் விலைகள் ஏறின. பேரங்காடி வியாபாரம் பெருகியது. அது தில்லி மாநகரத்தின் புத்தம்புதிய வியாபார ஆட்டமாக மாறியது.

இப்பேரங்காடிகளுள் சில தம்மளவில் குறுநகரங்கள் ஆகும். இவையும் சட்டவிரோதமான கட்டடங்களே. தேவையான அனுமதிப் பத்திரங்களை அவை பெற்றுக்கொண்டதில்லை. எனினும் உச்ச நீதிமன்றம் இம்முறைகேடுகளை வேறொரு கண்ணாடி கொண்டு பார்த்தது. சட்டபூர்வ ஆட்சி இம்முறை கண்சிமிட்டி, டீ குடிக்கச் சென்றது! 2006 அக்டோபர் 17 அன்று வசந்த் குஞ் பேரங்காடிக்கு எதிரான ஆணை மனு மீது அளித்த தீர்ப்பில் பேரங்காடியின் கட்டுமானத்தை உடனடி

யாகத் தொடர அனுமதித்த தீர்ப்பில்) நீதிபதிகள் அர்ஜித் பசையத், எஸ்.எச். கபாடியா இருவரும் பின்வருமாறு குறிப்பிட் டார்கள்:

> தில்லி மாநகரின் வளர்ச்சி அதிகாரக் குழுவிடம் (DDA) அத்தகைய ஒப்புதல் சான்றிதழ்களைப் பெற்றுக்கொள்ள வில்லை என்பதைச் சிறிது அறிந்திருந்தால்கூட, அத்துணை பெருந்தொகைப் பணத்தை அவர்கள் முதலீடு செய்திருக்க மாட்டார்கள். அனுமதியின்றிக் கட்டுமானங்கள் மேற் கொள்ளப்பட்டிருந்தால், அவற்றைத் தகர்ப்பதே ஒரே பரிகாரம் என்ற நிலைப்பாடு இவ்வழக்குகளுக்குப் பொருந்தாது. குறிப்பாக, மேற்படி தரப்புகள் கூட்டுத் தாபனங்களாகவும், நிறுவனங்களாகவும் விளங்குவதால், அவை தமக்குரிய அனுமதியை அல்லது இசைவைப் பெற்றுக்கொள்ள முறைகேடுகளில் ஈடுபட்டனவா என்ற வினாவுக்கு இடமில்லை. நிலம் ஒதுக்கப்பட்ட தனிநபர்கள் சிலர் அல்லது தனியார் கம்பனிகள் அல்லது தொழிலகங் கள் கட்டுமான விதிகளை மீறுவது போன்றதல்ல அது.

> இது சற்றுச் சிக்கலான விஷயம் என்பது எனக்குத் தெரியும். நானும் நண்பர் ஒருவரும் சேர்ந்து இதனை எளிய ஆங்கில நடையில் பெயர்த்தெழுதினோம். அதாவது:

> அ. இந்த வழக்கில் கட்டுமான அனுமதியோ தகுந்த ஒப்புதல் சான்றிதழ்களோ பெறப்படாதிருக்கக்கூடும். எனினும் பெருந்தொகை முதலீடு செய்யப்பட்டுள்ளது. ஆகவே கட்டுமானங்களைத் தகர்ப்பது அதற்கான ஒரே பரிகாரம் ஆகாது.

> ஆ. ஒதுக்கீடு செய்யப்பட்ட இடத்தில் சட்டத்தை மீறிய வர்கள் தனி நபர்கள், தனியார் கம்பனிகள் போலன்றி கார்ப்பொரேட் நிறுவனங்கள். இவர்கள் அனுமதி பெற முறைகேட்டில் ஈடுபடுவார்கள் என்ற பேச்சுக்கே இடமில்லை.

> கார்ப்பொரேட் நிறுவனங்கள் தமக்குரிய அனுமதியை அல்லது இசைவைப் பெற்றுக்கொள்ள முறைகேடுகளில் ஈடுபட்டனவா என்ற கேள்விக்கு இடமில்லை என்கிறது இந்திய உச்ச நீதிமன்றம். நீதிமன்றம், புதிய கூட்டுத்தாபனப் பேரரசின் காவல் நிலையமாய் இயங்குவதாகக் குற்றஞ்சாட்டி, தெருவழியே ஓலமிட்டு ஆர்ப்பரிக்கும் மக்களிடம் நாம் என்ன சொல்ல

வேண்டும்? நாம் அவர்களை அதட்டி அடக்க வேண்டுமா? 'என்ரோன் வாழ்க!' என்று கூவ வேண்டுமா? 'பெக்டெல் ஹலிபேர்ட்டன் (Bechtel Halliburton!) வாழ்க!' என்று கூவ வேண்டுமா? 'டாட்டா, பிர்லா, மிட்டல்கள், வேதாந்தா, அல்கன் வாழ்க!' என்று கூவ வேண்டுமா? சபார்வால் 'விவகாரம்' இடம்பெற்றபோது உச்ச நீதிமன்றத்தில் இத்தகைய சித்தாந்த சூழ்நிலையே காணப்பட்டது.

பழிக்கோ சந்தேகத்துக்கோ உள்ளாகாத நேர்மையான நீதிபதிகள் பிறப்பித்த உத்தரவுகளிலிருந்து பெரிதும் வேறுபடும் அல்லது அவற்றுடன் சித்தாந்தரீதியாக மாறுபடும் உத்தரவு களை நீதிபதி சபார்வால் பிறப்பிக்கவில்லை என்பதை இங்கு தெளிவுபடுத்துவது முக்கியம். எனினும் ஒரு நீதிபதியின் சித்தாந்தச் சார்பு வேறு, மேற்படி உத்தரவுகளைப் பிறப்பிக்கும் வண்ணம் நீதிபதி சபார்வாலை உந்தியிருக்கக்கூடிய சொந்த நோக்கங் களும் அவருடைய அக்கறை முரண்பாடும் (conflict of interest) வேறு. இப்பொருள் பற்றியதே இக்கட்டுரை.

நீதிபதி சபார்வால் 2007 ஜனவரி மாதம் அவர் ஓய்வு பெறும் முன்னர் ஊடகங்களுக்கு விடுத்த தமது இறுதி அறிக்கை யில், தாம் தலைமை நீதிபதியாகப் பதவிவகித்த காலத்தில் எடுத்த முடிவுகளுள் மிகவும் கடினமானது தில்லி மாநகரில் கடைகளை மூடும்படி எடுத்த முடிவே என்று தெரிவித்தார். அப்படி இருந்திருக்கலாம். கடுமையான பாசத்தைக் கையாள் வது கஷ்டம்தான்.

2007 மே மாதம் *மிட்டே* என்னும் மாலை இதழின் தில்லிப் பதிப்பில் விரிவான ஆய்வுக் கட்டுரைகள் சில (ஒரு கேலிச்சித்திரத்துடன்) வெளிவந்தன. நீதிபதி சபார்வால் பெரிய முறைகேடுகள் புரிந்ததாக அவற்றில் குற்றஞ்சாட்டப்பட்டிருந் தன. இக்கட்டுரைகள் இணையத்தில் கிடைக்கின்றன. மிட்டே முன்வைத்த குற்றச்சாட்டுகளைப் பின்னர் நீதித்துறை பொறுப்பேற்புக் கடப்பாட்டுக் குழு உறுதிப்படுத்தியது. முதுநிலைச் சட்ட நிபுணர்கள், ஓய்வுபெற்ற நீதிபதிகள், பேராசிரியர்கள், ஊடகர்கள், செயல்பாட்டாளர்கள் முதலியோர் இக்குழுவின் காப்பாளர்களாக விளங்குகிறார்கள்.

மேற்படி குற்றச்சாட்டுகளின் சுருக்கம் வருமாறு:

1. ஒய்.கே. சபார்வாலின் மகன்கள் சேதன், நித்தின் இருவரும் Pawan Impex, Sabs Exports, Sug Exports என்னும் மூன்று நிறுவனங்களை நடத்தி வந்தார்கள்.

3/81, Punjabi Bagh, New Delhi என்னும் முகவரி கொண்ட அவர்களுடைய குடும்ப வீட்டிலேயே அவற்றின் பதிவு செய்யப்பட்ட அலுவலகங்கள் இயங்கி வந்தன. பின்னர் தந்தையின் அதிகாரபூர்வமான வீடு அமைந்துள்ள 6, Motilal Nehru Marg, New Delhi என்னும் முகவரிக்கு அவை மாற்றப்பட்டன.

2. அவர் தலைமை நீதிபதியாகப் பதவியேற்குமுன் உச்ச நீதிமன்ற நீதிபதியாக இருந்தபோது தில்லி வணிக நிறுவனங்கள் தொடர்பான வழக்கைக் கேட்டெடுத்து, அவற்றை மூடும் நடவடிக்கையை மேற்கொண்டார். (இது ஒரு நெறிபிறழ்வு. வேறு நீதிமன்றம் எதிலும் தீர்க்கப்படாதுள்ள வழக்குகளைக் கேட்டெடுக்கும் அதிகாரம் தலைமை நீதிபதிக்கு மாத்திரமே உண்டு.)

3. இந்தச் சமயத்தில் பேரங்காடிகள், வர்த்தக வளாகங்கள் கட்டும் (Square 1 Mall புகழ்) புருஷோத்தம் பகீரியா, BPTP Ltd. நிறுவனத்து காபுல் சோலா ஆகிய இருவருடனும் நீதிபதி சபார்வாலின் புதல்வர்கள் பங்குதாரர்களாகச் சேர்ந்துகொண்டார்கள். நீதிபதி சபார்வால் வணிக நிறுவனங்களை மூடும்படி உத்தரவிட்டதன் விளைவாக அவற்றின் உரிமையாளர்கள் அவற்றைப் பேரங்காடிகளுக்கும் வர்த்தக வளாகங்களுக்கும் நகர்த்த நிர்ப்பந்திக்கப்பட்டார்கள். அதன் விளைவாக ஏற்பட்ட விலையேற்றத்தால் நீதிபதி சபார்வாலின் புதல்வர்களும் அவர்களுடைய பங்குதாரர்களும் பெரும்லாபம் ஈட்டினார்கள்.

4. Pawan Impex கம்பனிக்கு யூனியன் வங்கி ரூபாய் 28 கோடி அடகுக் கடன் கொடுத்தது. ஆனால் உண்மையில் எதுவுமே அடகு வைக்கப்படவில்லை. (தனது புதல்வர்களின் கம்பனிகள் ரூபாய் 75 கோடி கடன்பட வசதி படைத்தவை என்று நீதிபதி சபார்வால் கூறுகிறார்.)

5. அக்கறை முரண்பாடு இங்கு வெளிப்படையாகவே புலப்படுகிறது. ஆதலால் வர்த்தக நிறுவனங்களை மூடும் வழக்கைத் தாமே கேட்டெடுத்து விசாரிப்பதை அவர் தவிர்த்திருக்க வேண்டும் (இதற்கு நேர் மாறானதைச் செய்ததற்கு – அவற்றைத் தாமே கேட்டு விசாரித்ததற்குப் – பதிலாக).

6. அமர் சிங் தொலைபேசிப் பதிவுநாடா வழக்கை விசாரணை செய்யும் நீதிபதியாக நீதிபதி சபார்வால்

விளங்கிய அதேவேளையில் NOIDAவுக்கு ஒதுக்கப்பட்ட நிலங்களில் தொழில்துறை, வர்த்தக நிலப் பகுதிகள் பலவற்றை முலாயம் சிங்/அமர் சிங் அரசாங்கம் மலிவான விலைக்கு அவருடைய மகன்களின் நிறுவனங் களுக்கு ஒதுக்கியது (அவ்விவரங்கள் வெளியிடப்படு வதைக் கட்டுப்படுத்தும் உத்தரவு ஒன்றை அவர் பிறப்பித்தார்).

7. அவருடைய மகன்கள் மகாராணி பாக்கில் 15 கோடியே 46 லட்சம் ரூபாய் விலையில் ஒரு வீடு வாங்கினார்கள். இந்தப் பணம் கிடைத்த விதம் பற்றி விளக்கம் அளிக்கப் படவில்லை. வீட்டு கிரயப் பத்திரத்தில் தமது தந்தை யின் பெயரை யோகேஷ் குமார் என்று அவர்கள் குறிப்பிட்டுள்ளார்கள் (நீதிபதியான தந்தையின் அலுவலகத்தில் இருந்தபடி வியாபாரம் புரியத் தயங்காத மகன்கள், அத்தகைய இயல்புக்கு மாறாக, தந்தையின் உண்மைப் பெயரை மறைத்திருக்கிறார்கள்).

இக்குற்றச்சாட்டுகள் அனைத்துக்கும் உறுதிவாய்ந்த, சந்தேகத்துக்கு இடமளிக்காத ஆவணச் சான்றுகள் இருப்ப தாகத் தெரிகிறது: பதிவுப் பத்திரங்கள், கம்பனி விவகாரங்களுக் கான மத்திய அமைச்சகத்தின் ஆவணங்கள், பல்வேறு நிறுவனங் களும் அமைக்கப்பட்டதற்கான சான்றிதழ்கள், பங்குதாரர் நிரல் வெளியீடுகள், நிதின், சேதன் இருவரதும் நிறுவனங்களின் பங்குமூலதன அதிகரிப்பு பற்றிய அறிவிப்புகள், வருமான வரித்துறையின் அறிவிப்புகள், புலனாய்வு பத்திரிகையாளருக்கும் நீதிபதிக்கும் இடையே தொலைபேசி வாயிலாக நடைபெற்ற உரையாடல் பதிவு கொண்ட சிடி . . .

தில்லி எரிந்தபோது, ஆயிரக்கணக்கான கடைகளும் வர்த்தக நிறுவனங்களும் மூடப்பட்டபோது, அவற்றின் உரிமையாளர் களதும் பணியாளர்களதும் பிழைப்பு ஒழிக்கப்பட்டபோது, நீதிபதி சபார்வாலின் மகன்களும் அவர்களுடைய பங்குதாரர் களும் பணத்தை வாரிக் குவித்தார்கள் என்பதை மேற்படி ஆவணங்கள் சுட்டிக்காட்டுவதாகத் தெரிகிறது. அவற்றை வாசிக்கும்போது, புதிய இந்தியா எவ்வாறு செயற்படுகிறது என்பது பற்றிய போதனைக் கையேடு ஒன்றை வாசிக்கும் உணர்வு ஏற்படுகிறது.

மேற்படி சேதி அம்பலமாகவே, ஓய்வுபெற்ற வேறொரு தலைமை நீதிபதியாகிய ஜே.எஸ். வர்மா CNBCயில் கரன் தபர் நடத்தும் *இந்தியா டுடே* என்னும் நேர்காணல் நிகழ்ச்சியில் தோன்றி, முன்னாள் நீதிபதி என்ற வகையில் தமது மதிநுட்பம்,

கவனம் முழுவதையும் கையாண்டு பின்வருமாறு தெரிவித்தார்: 'இது உண்மை என்றால், இது நெறிபிறழ்வின் உச்சமாகும் . . . ஜனநாயக நாட்டில் அரச பதவி வகிக்கும் அனைவரும் இறுதியில் மக்களுக்குப் பொறுப்புக்கூறும் கடப்பாடு உடையவர்கள். ஆதலால் அவர்கள் எவ்வாறு செயல்படுகிறார்கள் என்பதை அறியும் உரிமை மக்களுக்கு உண்டு. உங்கள் பதவி எத்துணை உயர்ந்ததோ அத்துணை பெரியது உங்கள் கடப்பாடும்.' அத்துடன், இவை சரியான விவரங்கள் என்று கொள்வோம்; அப்படி என்றால், இவை அக்கறை முரண்பாடு தொடர்பான விஷயமாய் அமைவது தெளிவு; ஆதலால் வர்த்தக நிறுவனங்களை மூடும் வழக்கில் நீதிபதி சபார்வால் பிறப்பித்த உத்தரவுகள் புறந்தள்ளப்பட வேண்டும்; அந்த வழக்கு மறுபடியும் முழு விசாரணை செய்யப்பட வேண்டும் என்றார்.

பிரச்சினையின் சாரம் இதுவே. வர்த்தக நிறுவனங்களை மூடும் நடவடிக்கை மக்களைக் கருவறுக்கும் பழிபாதகமாக மாறியுள்ளது. இதனால் பல்லாயிரக்கணக்கானோரின் வாழ்வு பாழடிக்கப்பட்டுள்ளது. அதற்கு வழிவகுத்த தீர்ப்பு செல்லாது என்றால், இழப்பீடுகள் வழங்கப்பட வேண்டும்.

ஆனால் விவரங்கள் சரியானவையா?

புகழ்பெற்றோர், வலுமிகுந்தோர் பற்றிய பழிபாதகங்கள் எல்லாம் வன்மம், உள்நோக்கம், பொய்மை கொண்டவையாக இருக்கக்கூடும்; பெரிதும் அப்படித்தான் இருக்கின்றன. தங்களுக்கு உயிராபத்து விளைவிக்கக்கூடிய எதிரிகளை நீதிபதிகள் ஏற்படுத்திக்கொள்கிறார்கள் என்பது வெளிப்படை. கூட்டிக் கழித்துப் பார்த்தால், அவர்கள் தீர்ப்பளிக்கும் ஒவ்வொரு வழக்கிலும் வெல்பவர் ஒருவர், தோற்பவர் இன்னொருவர். அந்த வகையில், நீதிபதி ஒய்.கே. சபார்வால் தனக்குக் கணிசமானளவு எதிரிகளைத் தோற்றுவித்திருப்பார் என்பதில் சந்தேகமில்லை. நான் அவருடைய இடத்தில் இருந்தால், என்னிடம் மறைப்பதற்கு எதுவுமே இல்லை என்றால், உண்மையிலேயே ஒரு விசாரணையை நான் வரவேற்பேன். ஒரு விசாரணைக் குழுவை அமைக்கும்படி உண்மையிலேயே தலைமை நீதிபதியிடம் நான் வேண்டிக்கொள்வேன். எனக்கு எதிராகச் சான்றுகள் புனைந்து, ஆத்திரமூட்டும் இக்குற்றச்சாட்டுகள் அனைத்தையும் முன்வைத்தவர்களை நான் துரத்திப் பிடிப்பேன்.

யாருமே நம்ப முடியாத சாரமற்ற பசப்புரை ஒன்றை எழுதி என்னை நியாயப்படுத்த முயன்று நிலைமையை மேலும் மோசமாக்கிக்கொள்ள மாட்டேன்.

நான் தலைமை நீதிபதியாகப் பதவிவகித்தாலோ, அல்லது நீதிமன்றத்தின் 'கண்ணியத்தை நிலைநிறுத்த' உளமார விருப்பம் கொண்டவராகக் காட்டிக்கொள்ளும் வேறொருவராக இருந்தாலோ (நான் அத்தகைய பணியை ஆற்றாதது எனக்கு வாய்த்த பேறாகும்), காலம் பிந்தி பழியை மூடிமறைப்பதோ அம்பலப்படுத்துபவர்களுக்கு வாய்ப்பூட்டுப்போடுவதோ அவர்களை மிரட்ட முயல்வதோ எதிர்விளைவுகளுக்கே இட்டுச் செல்லுமென்பதை நான் புரிந்துகொள்வேன். நான் விரைவாக ஒரு விசாரணைக்கு உத்தரவு பிறப்பிக்காவிட்டால், தனியொருவர் தொடர்பான குற்றச்சாட்டு விரைவாக முழு நீதித் துறைத் தொடர்பான குற்றச்சாட்டாக மாறுமென்பதைப் புரிந்துகொள்ள எனக்கு அதிகக் காலம் எடுக்காது.

எனினும் இந்த மாதிரி எல்லோரும் எண்ணுவதில்லை. *மிட்டே* அதன் குற்றச்சாட்டுகளை வெளியிட்ட ஒருசில நாட்களுள் அதன் பதிப்பாசிரியர், பிராந்திய பதிப்பாசிரியர், வெளியீட்டாளர், கேலிச்சித்திர ஓவியர்மீது தில்லி உயர் நீதி மன்றம் தானாக முன்வந்து நீதிமன்றத்தை அவமதித்த குற்றம் சுமத்தி அறிவித்தல் விடுத்தது. மூன்று மாதங்கள் கழித்து, 2007 செப்டம்பர் 11இல், அவர்கள் நீதிமன்றத்தை அவமதித்த குற்றவாளிகள் என்று தீர்ப்பளித்தது. செப்டம்பர் 21இல் தண்டனைத் தீர்ப்புக்கு வரும்படி அவர்களுக்கு ஆணையிட்டது.

மிட்டே புரிந்த குற்றம் என்ன? வழக்கத்துக்கு மாறான துணிச்சல் ஒரு குற்றமா? நீதிபதி சபார்வால் மீது *மிட்டே* சுமத்திய குற்றச்சாட்டு தொடர்பான உண்மையின் துல்லியம் குறித்து உயர் நீதிமன்றத்தின் கட்டளையில் எவ்விதக் கருத்துரையும் இடம்பெறவில்லை. மாறாக *மிட்டே* கட்டுரைகளின் உண்மையான இலக்குகள் சபர்வாலுடன் அமர்வு நீதிமன்றத்தில் அமர்வு நீதிபதிகளான, இன்றும் பதவியில் இருக்கும் நீதிபதிகளே என்று (எனவே அந்நீதிபதிகளுக்கு உள்நோக்கம் கற்பித்தமை நீதிமன்றத்தை அவமதித்த குற்றமாகும் என்று) வலியுறுத்தி ஓர் அசாதாரண கிட்டத்தட்ட ஒரு யோக நடவடிக்கையில் உயர் நீதிமன்றம் ஈடுபட்டது:

> நிகழ்ந்தவை எடுத்துரைக்கப்பட்டுள்ள விதத்தை வைத்துப் பார்க்கும்போது, உச்ச நீதிமன்றம் தனது உறுப்பினர் ஒருவரின் இழிநோக்கத்தை நிறைவேற்றும் பாதையில் இட்டுச்செல்லப்படுவதற்கு இசைந்துவிட்டது போல் தோற்றமளிக்கிறது. வெளிவந்த தகவல்களின் தன்மையும் அவை வெளிவரும் சூழ்நிலையும் இந்தியாவின் முன்னாள் தலைமை நீதிபதியைக் குறிவைக்கும் நோக்குடையவை

போல் தென்பட்டாலும்கூட, அவை உச்ச நீதிமன்றத்தின் நற்பெயருக்குக் களங்கம் கற்பிக்கின்றன. உச்ச நீதிமன்றத் தின் மீது பொதுமக்கள் கொண்ட நம்பிக்கையை அவை மழுங்கடிக்கத் தலைப்படுகின்றன. உச்ச நீதிமன்றம் பல அமர்வு நீதிமன்றங்களாக இயங்கிவருகிறது. அதன் உத்தரவு ஒவ்வொன்றும் அந்தந்த அமர்வு நீதிமன்ற உத்தரவே. அதற்குத் தலைமை வகிக்கும் உறுப்பினர்மீது உள்நோக்கம் கற்பிப்பது, அதனளவிலேயே, ஏனைய உறுப்பினர்களைப் பொம்மைகள் என்று அல்லது மேற்படி உள்நோக்கத்தை நிறைவேற்றும் தரப்பினர் என்று அறிவிப்பதாகிறது.

மிட்டே கட்டுரைகளில் எந்த இடத்திலும் வேறெந்த நீதிபதியைப் பற்றியும் குறிப்பிடப்படவே இல்லை. எனவே கற்பனையின் பாற்பட்ட ஓர் அவமதிப்புக்காகவே மேற்படி ஊடகர்கள் குற்றவாளிக் கூண்டில் நிற்கிறார்கள். இதற்கு என்ன பொருள்? ஓர் அமர்வு நீதிமன்றத்தில் நீதிபதிகள் பலர் இடம்பெறுகிறார்கள் என்றும் அவர்களுள் ஒருவர் ஊழல் மிகுந்த கணிப்புகளின் அடிப்படையில் ஓர் அபிப்பிராயத்தை அல்லது கட்டளையை வழங்குகிறார் என்றும் அல்லது ஒரு வழக்கில் தனக்கு அக்கறை முரண்பாடு உள்ளது தெளிவாகத் தென்படும் நிலையிலும் அந்த வழக்கை அவர் விசாரணை செய்கிறார் என்றும் வைத்துக்கொள்வோம். அதை அம்பலப் படுத்த இவ்வளவும் போதாது! சம்பந்தப்பட்ட நீதிபதிகள் அனைவரும் ஊழல் புரிந்தவர்கள் என்றோ அவர்கள் அனைவருக்கும் அக்கறை முரண்பாடு உள்ளது என்றோ அவர்கள் அனைவரும் தம் பின்னே ஒரு சான்றுத்தடத்தை விட்டுச்சென்றுள்ளார்கள் என்றோ உங்களால் நிரூபிக்க முடியா விட்டால், நீங்கள் வாதாடுவதில் பயனில்லை. உண்மையில், அதுவும் போதாது! நீதிமன்றத்தின் மீது எத்தகைய அவதூறும் கற்பிக்காமல் தான் உங்கள் வாதத்தை நீங்கள் முன்வைக்க வேண்டும். (வெறுமனே ஒரு வாதத்துக்காக இதைக் கூறுகிறேன்: அமர்வு நீதிமன்றத்தின் நீதிபதிகள் இருவர் மாறிமாறி ஊழல் புரிந்தால் எப்படி? அவர்கள் அப்படிச் செய்தால் நாம் என்ன செய்வது?)

எனவே, நீதிமன்ற அவமதிப்பு குறித்து முற்றிலும் புதிய சிந்தனை ஒன்றுடன் நாம் மல்லுக்கட்ட வேண்டியுள்ளது: பெயர்குறிப்பிடப்படாத நீதிபதிகளுக்கு எதிராகக் கற்பனை செய்யப்பட்ட அவமதிப்புகள் பற்றிய உணர்ச்சிபொங்கும் வியாக்கியானங்கள்! எங்கே போய் முட்டிக்கொள்ள? நாம் வாழ்வது மனப்பிறழ் உலகம் போலும்!

பிறநாடுகள் பெரும்பாலானவற்றில் நீதிமன்ற அவமதிப்புக் குற்றம் என்பது, நீதி பரிபாலனத்துக்குத் தெள்ளத்தெளிவாக நிகழும் ஆபத்தை மட்டுமே கருதும். நீதிமன்றத்தின் மீது சுமத்தப் படும் ஊழல் குற்றச்சாட்டும், அதன் 'அதிகாரத்தை இழிவு படுத்தும்' குற்றச்சாட்டும் ஓர் அபத்தமான, ஆபத்தான தணிக்கை முறை ஆகும். அது நமது கூட்டு மதிநுட்பத்தை இகழ்வது போன்றதே.

மிட்டே இதழில் செய்தி வெளியிட்ட ஊடகர்கள் ஆற்றிய பணி முக்கியமானது, துணிகரமானது. தோழமை பூண்ட சில செய்தித்தாள்கள் அத்தகவலைத் தடமொற்றிச் முன் சென்றுள் ளன. பலர் கூட்டுச்சேர்ந்து பகிரங்க அறிக்கை வெளியிட்டு ஆதரவை வலுப்படுத்தியுள்ளார்கள். இவை எல்லாம் நடைபெற்று வருகின்றன. எல்லாமே அம்பலப்பட்டு வருகிறது. அதற்கான வேளையும் இதுவே.

இந்தக் கட்டுரை 26 செப்டம்பர் 2007 *அவுட்லுக்* இதழில் வெளிவந்தது.

வெட்டுக்கிளிகளை உற்றுக் கேட்டல்

இன அழிப்பு, மறுப்பு, கொண்டாட்டம்

எனது துரதிர்ஷ்டத்தால் ஹிராண்ட் டிங் *(Hrant Dink)* அவர்களைச் சந்திக்கும் வாய்ப்பு எனக்குக் கிடைக்கவேயில்லை. அவர் எழுதியவை, கூறியவை, செய்தவை, அவர் வாழ்ந்த விதம் என்பவற்றை வைத்துச் சொல்லுகிறேன்: ஓராண்டுக்கு முன்னர் நான் இஸ்தான்புல்லுக்கு வந்திருந்தால், இந்த மாநகரின் குளிர்படர்ந்த தெருவழியே அவருடைய உடல் தாங்கிய பேழையுடன், 'நாங்கள் எல்லோரும் ஆர்மீனியர்கள்', 'நாங்கள் எல்லோரும் ஹிராண்ட் டிங்குகள்' என்று விளம்பும் பதாகைகளுடன் அவருடைய இறுதி ஊர்வலத்தில் மயான அமைதியில் நடந்துசென்ற லட்சம் பேருடன் நானும் கலந்துகொண்டிருப்பேன். 'பதினைந்து லட்சம் பேருடன் மேலும் ஒருவர்' என்று விளம்பிய பதாகையை நான் ஏந்தியிருக்கவும் கூடும்.*

அவருடைய பேழைக்கு அருகில் நான் நடந்து சென்ற வேளையில் என் உள்ளத்துள் எத்தகைய உணர்வுகள் அலைமோதியிருக்குமென்று நான்

---

*. 15 லட்சம் ஆர்மேனியர்களை ஒட்டமான் பேரரசு 1915இல் அனாடோலியாவில் படுகொலை செய்தது. ஆர்மேனியர்கள் இஸ்லாமிய துருக்கி ஆட்சியின் கீழ் வாழ்ந்த கிறிஸ்தவச் சிறுபான்மையினர். அவர்கள் அனாடோலியாவில் 2500 ஆண்டுகளாக வாழ்ந்து வந்தனர்.

நினைத்துப் பார்க்கிறேன். என் நண்பர் டேவிட் பார்ஸ்மியனின் *(David Barsmian)* தாய் அரக்சீ பார்ஸ்மியன் *(Araxie Barsmian)* தனக்கும் தனது குடும்பத்துக்கும் நேர்ந்த கதையை விட்ட இடத்திலிருந்து சொல்லத் தொடங்கும் குரலை அப்போது நான் கேட்டிருக்கக் கூடும். 1915இல் அவளுக்கு 10 வயது. வரலாற்று முக்கியத்துவம் வாய்ந்த திக்கிரானகேர்ட் *(Dikranagerd)* என்னும் ஆர்மீனிய நகரத்துக்கு (தற்போது *Diyarbakir* எனப்படும் நகரத்துக்கு) வடக்கே இருந்த துப்னே *(Dubne)* என்னும் அவளுடைய கிராமத்தை வந்து மொய்த்த வெட்டுக்கிளிகளை அவள் நினைவுகூர்ந்தாள். வெட்டுக்கிளிகள் வந்து மொய்க்கவே ஊரில் உள்ள முதியவர்கள் அச்சம் கொண்டார்கள். வெட்டுக்கிளிகள் ஒரு கெட்ட சகுனமென்பது அவர்களின் உள்ளுணர்வுக்குத் தெரியும். அவர்கள் எண்ணியது சரியே. ஒருசில மாதங்களுக்குள், கோதுமை வயல்கள் அறுவடைக்குத் தயாரான வேளையில், முடிவு நெருங்கியது.

> "நாங்கள் புறப்பட்டபோது எனது குடும்பத்தில் 25 பேர் இருந்தார்கள் . . . ஆண்கள் எல்லோரையும் அவர்கள் இழுத்துக்கொண்டு போனார்கள் . . . 'உன் வெடிகணைகள் எங்கே?' என்று அப்பாவிடம் கேட்டார்கள். 'நான் விற்று விட்டேன்' என்றார் அப்பா. 'போய் வாங்கிக்கொண்டு வா' என்று சொன்னார்கள். அவற்றை வாங்கிவர அப்பா குர்திக்காரரின் நகரத்துக்குப் போனபோது, அவர்கள் அவரைத் தாக்கி, ஆடைகளைக் களைந்து, விரட்டி விட்டார்கள். அப்பா பிறந்தமேனியுடன் திரும்பிவந்து சிறை சென்றதாகச் சொல்லுகிறார் அம்மா. சிறையில் அவருடைய கைகளை அவர்கள் வெட்டினார்கள் . . . அவர் சிறையிலேயே இறந்தார் . . . வயலில் நின்ற ஆண்கள் எல்லோரையும் பிடித்து, கைகளைக் கட்டி, சுட்டுக் கொன்றார்கள்."

அரக்சீ, அவளுடைய தாய், மூன்று தம்பியர் – ஐவரும் நாடு கடத்தப்பட்டார்கள். அரக்சீயைத் தவிர ஏனைய அனைவரும் மாண்டுபோனார்கள். அரக்சீ மட்டுமே உயிர் தப்பினாள். துருக்கிய அரசாலும் துருக்கியர் பலராலும் மறுக்கப்படும் வரலாற்றில் இடம்பெறும் சாட்சியங்களுள் இது ஒன்றே ஒன்று தான்.

நானோர் உலகளாவிய அறிவுஜீவி என்று காட்டிக்கொள்ள இங்கு வரவில்லை. உங்களிடையே பிரசங்கம் நிகழ்த்த நான் இங்கு வரவில்லை. 1915ஆம் ஆண்டு அனத்தோலியாவில் *(Anatolia)* இடம்பெற்ற நிகழ்வுகளின் ஞாபகத்தைச் (அல்லது

மறத்தலைச்) சூழும் அமைதியை இட்டுநிரப்ப நான் இங்கு வரவில்லை. ஹிராண்ட் டிங் அப்படிச் செய்ய முயன்றுதான் தன் இன்னுயிரைப் பறிகொடுத்தார்.

நான் இஸ்தான்புல் வந்தடைந்த அன்றே பல மணி நேரங்களாகத் தெருவழியே நடந்து திரிந்து இஸ்தான்புல் மக்களையும் புல்லரிக்கவைக்கும் அவர்தம் மர்ம அழகு மாநகரை யும் சுற்றிப்பார்த்துப் பொறாமைப்பட்ட வேளையில், வெள்ளைத் தொப்பி அணிந்த இளைஞர்களை என் நண்பர் ஒருவர் சுட்டிக்காட்டினார். அவர்கள் இந்த மாநகரெங்கும் திடீரெனத் தோன்றிய சிரங்கு போல் தென்பட்டார்கள். ஹிராண்ட்டைக் கொல்லும்போது வெள்ளைத் தொப்பி அணிந் திருந்த கொலைகாரச் சிறுவனுடன் தோழமை பாராட்டியே இவர்களும் வெள்ளைத் தொப்பி அணிந்திருப்பதை நண்பர் எனக்குப் புரியவைத்தார். அந்தக் கொலை ஹிராண்ட்டுக்கு வழங்கப்பட்ட தண்டனை மட்டுமல்ல, இந்த நாட்டில் அவருடைய தீரத்தால் உந்தப்படக்கூடிய மற்றவர்களுக்கு விடுக்கப்பட்ட எச்சரிக்கையும் கூட; சொல்ல முடியாததைச் சொல்வதற்கு எதிராக மட்டுமல்ல, நினைக்க முடியாததை நினைப்பதற்கு எதிராக விடுக்கப்பட்ட எச்சரிக்கையும்கூட என்பது வெளிப்படையாகவே புலப்பட்டது.

ஹிராண்ட் டிங்கைக் கொன்ற குண்டில் எழுதப்பட்ட சேதி அதுவே. துருக்கிய அரசின் கண்ணோட்டத்திலிருந்து மாறுபடத் துணிந்த ஓரான் பாமுக் *(Orhan Pamuk)*, எலிப் ஷாஃபக் *(Elif Shafak)* முதலியோருக்கு விடுக்கப்பட்ட கொலை அச்சுறுத்தல் களில் பொதிந்துள்ள சேதி அதுவே. ஹிராண்ட் டிங் கொல்லப் படும் முன்னர் துருக்கிய குற்றச் சட்டத்தின் 301ஆம் பிரிவுக் கேற்ப மூன்று முறை விசாரணை செய்யப்பட்டிருந்தார். அந்தப் பிரிவின்படி 'துருக்கியத் தன்மையை'ப் பகிரங்கமாக இழித்துரைப்பது குற்றம். ஹிராண்ட் டிங்மீது குறிவைப்பது ஏற்றுக்கொள்ளத்தக்க ஒன்றே என்று துருக்கிய பாசிச வலது சாரித் தரப்பினருக்கு உணர்த்தும் வண்ணமே ஒவ்வொரு விசாரணையும் துருக்கிய அரசால் நடத்தப்பட்டது. உண்மையை எடுத்துரைப்பது எவ்வாறு துருக்கியத் தன்மையை இழித்துரைப்ப தாகும்? துருக்கியத் தன்மையின் எல்லையை வரையறுக்கும் உரிமை யாருக்கு இருக்கிறது?

ஹிராண்ட் டிங்கின் குரல் மௌனமாக்கப்பட்டுவிட்டது. எனினும், தாங்கள் செய்தது எதிர்விளைவை ஏற்படுத்துமென் பதை அவருடைய கொலையைக் கொண்டாடுவோர் அறிந்து

கொள்ள வேண்டும். அது அமைதிக்குப் பதிலாக, பெரும் இரைச்சலை ஏற்படுத்தியுள்ளது. மீண்டும் குண்டுகள், சிறைத் தண்டனைகள், இகழ்ச்சிகள் கொண்டு ஒடுக்க முடியாத ஓசை யாக அவர் குரல் மாறியுள்ளது. அவர் குரல் முழங்குகிறது, முணுமுணுக்கிறது, பாடுகிறது. அடாவடித்தனத்தால் நிலை நாட்டப்பட்ட அமைதியை, தோற்கடிக்கப்பட்ட சேனை மறுபடி அணிதிரள்வது போல் திரளும் அமைதியை அவர் குரல் தகர்க்கிறது. தொண்ணூறு ஆண்டுகளுக்கு முன்னர் அனத்தோலியாவில் நிகழ்ந்த எதையோ, ஹிராண்டின் எதிரிகள் புதைக்க விரும்பிய எதையோ அறியும் ஆவலை உலகிற்கு அது ஊட்டியுள்ளது. அதை மறப்பதாவது . . . ஆம், 1915இல் என்ன நடந்தது என்பது பற்றிய விவரத்தை என்னால் இயன்றவரை கண்டறிவதும் வரலாற்றை வாசிப்பதும் சாட்சியங் களைச் செவிமடுப்பதுமே எனது முதலாவது எதிர்வினை ஆகியது. மற்றப்படி நான் அவ்வாறு செய்யாது போயிருக்கவும் கூடும். அதைப் பற்றி இப்போது எனக்கு ஓர் அபிப்பிராயம், தேர்ந்துதெளிந்த அபிப்பிராயம் உண்டு. எனினும் நான் ஏற்கெனவே கூறியது போல, அதை உங்களிடம் திணிக்க நான் இங்கு வரவில்லை.

எனது போராட்டம் இஸ்தான்புல் தொப்பிக்காரர்களுக்கு, துருக்கித் தொப்பிக்காரர்களுக்கு எதிரான போராட்டம் அல்ல; அது உங்கள் போராட்டம். எனது நாட்டில் வேறு வகையான தொப்பிக்காரர்களுக்கும் பந்தம் பிடிப்பவர்களுக்கும் எதிராக நான் போராட வேண்டியுள்ளது. ஒருவகையில் பார்த்தால், இப்போராட்டங்கள் எல்லாம் அப்படி ஒன்றும் வேறுபட்டவை ஆகா. எனினும் அவற்றிடையே ஒரேயொரு முக்கிய வேறுபாடு மாத்திரமே உண்டு. துருக்கியிலோ அமைதி கவிந்துள்ளது. இந்தியாவிலோ கொண்டாட்டம் அலைமோதுகிறது. இவற்றுள் எது மோசமென்று உண்மையிலேயே எனக்குத் தெரியாது. அவமானத்தையே அமைதி உணர்த்துகிறது, மனச்சாட்சியையே அவமானம் உணர்த்துகிறது என்று நினைக்கிறேன். இது மிகவும் வெகுளித்தனமான, பெருந்தன்மையான வியாக்கியானமா? ஒருவேளை அப்படி இருக்கலாம். ஆனாலும், ஏன் நான் வெகுளித்தனமும் பெருந்தன்மையும் பாராட்டக் கூடாது? கொண்டாட்டம் வியாக்கியானத்துக்கு இடம் கொடுக்காது – இடம் கொடுக்காதது ஒரு துரதிர்ஷ்டமே. அது உள்ளதைச் சொல்லிவிடுகிறது.

உங்கள் கடந்தகால வரலாற்றுப் பாடங்கள், எங்கள் எதிர் காலம் பற்றி எனக்கு உள்ளொளி ஊட்டியுள்ளன. இன்றைய

எனது உரை கடந்தகாலம் பற்றியதல்ல, எதிர்காலம் பற்றியது. முன்னேற்றம், ஜனநாயகம் என்பவற்றுக்கு ஒரு முன்னுதாரண மாக உலகெங்கும் கொண்டாடப்படும் ஒரு நாடாகிய இந்தியா வின் எதிர்காலத்துக்கு இடப்படும் அத்திவாரம் பற்றியே இங்கு நான் உரையாற்ற விரும்புகிறேன்.

O

2002ஆம் ஆண்டு குஜராத் மாநிலத்தில் முஸ்லிம் சமூகத்தவர்களுக்கு எதிராக இனப்படுகொலை நிகழ்த்தப்பட்டது. இனப் படுகொலை என்னும் சொல்லை இங்கு நான் தேர்ந்துதெளிந்து பயன்படுத்துகிறேன்; ஐக்கிய நாடுகள் இனப்படுகொலைக் குற்றத் தடுப்பு – தண்டிப்பு ஒப்பந்தத்தின் 2ஆம் உறுப்புரையில் காணப்படும் வரையறையின்படியே அதை நான் பயன்படுத்து கிறேன். குஜராத்தில் ஒரு விரைவு ரயிலின் பெட்டி எரிக்கப் பட்டது; 53 இந்து யாத்திரிகர்கள் எரித்துக் கொல்லப்பட்டார் கள். அது யார் புரிந்த குற்றம் என்பது தெரியவராத நிலையில், மேற்படி இனப்படுகொலை ஒரு கூட்டுத் தண்டனையாகத் தொடங்கியது. பதிலடி என்னும் போர்வையில் நிதானமாகத் திட்டமிட்டு மேற்கொள்ளப்பட்ட வெறியாட்டத்தில், அன்றைய குஜராத் அரசின் ஆதரவுடன் பாசிச துணைப்படைகளால் ஏற்பாடு செய்யப்பட்ட, ஆயுதம் ஏந்திய கொலையாளிகளால் முஸ்லிம்கள் 2,000 பேர் பட்டப்பகலில் கொல்லப்பட்டார்கள். முஸ்லிம் பெண்கள் கூட்டுப் பாலியல் வல்லுறவுக்கு ஆளாக்கப் பட்டு, உயிருடன் எரிக்கப்பட்டார்கள். முஸ்லிம் கடைகள், தொழிலகங்கள், வழிபாட்டிடங்கள், பள்ளிவாசல்கள் திட்ட மிட்டு அழிக்கப்பட்டன. ஒன்றரை லட்சம் பேர் வீட்டைவிட்டு விரட்டப்பட்டார்கள்.

இன்றும் அவர்களுள் பலர் சேரிக் குடிசைகளில் வசித்து வருகிறார்கள். அவற்றில் சில குப்பைக் குவியல்களின் மேல் அமைந்துள்ளன. அவர்களுக்குத் தண்ணீர், வடிகால், தெரு விளக்கு, சுகாதார வசதிகள் கிடையாது. அவர்கள் சமூகரீதி யாகவும், பொருளாதாரரீதியாகவும் புறக்கணிக்கப்பட்டு, இரண்டாந்தரக் குடிமக்களாக வசித்துவருகிறார்கள். அதே வேளை காவல் துறையிலும் சமூகத்திலும் அங்கம் வகிக்கும் கொலையாளிகள் அரவணைக்கப்பட்டுள்ளார்கள். அவர்களுக்கு வெகுமதியும் பதவி உயர்வும் அளிக்கப்பட்டுள்ளன. இது 'வழக்க மான' நிலைமை என்று கொள்ளப்படுகிறது. 2004ஆம் ஆண்டு, இந்தியாவின் தலைமைத் தொழிலதிபர்களாகிய ரத்தன் டாட்டா வும் முகேஷ் அம்பானியும் குஜராத் மாநிலம் முதலீட்டாளர்

களின் கனவுலகமாய் விளங்குவதாகப் புகழ்ந்து இந்த 'வழக்கமான நிலைமைக்கு'ச் சான்று பகிர்ந்தார்கள்.

தேசிய ஊடகங்களின் எதிர்முழக்கம் தணிந்துவிட்டது. குஜராத்தில் இனப்படுகொலை அப்பட்டமாகக் கொண்டாடப்பட்டுள்ளது. குஜராத்தின் பெருமைக்கு, இந்துத்துவத்துக்கு, இந்தியத்துக்கு ஓர் எடுத்துக்காட்டாக அது கொண்டாடப்பட்டுள்ளது. மாநிலத் தேர்தலில் வெல்வதற்காக இந்த நச்சுப் பானம் அடுத்தடுத்து இரண்டுமுறை பயன்படுத்தப்பட்டுள்ளது. நவீனத்துவ, ஜனநாயக மொழியையும் சாதனங்களையும் திறம்படப் பயன்படுத்தித் தேர்தல் பிரசாரம் செய்யப்பட்டுள்ளது. குஜராத் ஆட்சியாளர் நரேந்திர மோடி ஒரு காவிய நாயகனாக மாறிவிட்டார். பாரதிய ஜனதாக் கட்சியின் சார்பாக ஏனைய இந்திய மாநிலங்களில் தேர்தல் பிரசாரத்திற்கு அவர் அழைக்கப்படுகிறார்.

இனப்படுகொலைகள் தொடர்கின்றன. எனினும் குஜராத்தில் நிகழ்ந்த இனப்படுகொலையை, காங்கோ, ருவாண்டா, பொஸ்னிய நாடுகளில் நிகழ்ந்த இனப்படுகொலைகளுடன் ஒப்பிட முடியாது. இந்த மூன்று நாடுகளிலும் பல லட்சக்கணக் கானோர் கொல்லப்பட்டார்கள். குஜராத் இனப்படுகொலை இந்தியாவில் நிகழ்ந்த முதலாவது இனப்படுகொலையும் அல்ல. (எடுத்துக்காட்டாக, 1984ஆம் ஆண்டு தில்லி மாநகரத் தெருக்களில் காங்கிரஸ் கட்சியின் மேற்பார்வையின் கீழ் தண்டனைப் பயமின்றிச் செயல்பட்ட கொலையாளிகளால் சீக்கியர்கள் 3,000 பேர் படுகொலைசெய்யப்பட்டார்கள்). எனினும் குஜராத் இனப்படுகொலை என்பது மிகவும் பெரிய, பரந்துவிரிந்த, ஒழுங்குமுறையான ஒரு குறிக்கோளின் அங்கமே. இந்தியாவில் கோதுமைக் கதிர்கள் முதிர்ந்துவிட்டன, வெட்டுக்கிளிகள் இந்தியப் பெருநிலப்பரப்பை வந்தடைந்துவிட்டன என்பதையே அது உணர்த்துகிறது.

பழங்கால மனிதர்களின் வழக்கம் இனப்படுகொலை. நாகரிகத்தின் பீடுநடையில் அது தலையாய பங்கு வகித்துள்ளது. வரலாற்றுப் பதிவுகளின்படி, கி.மு. 149ஆம் ஆண்டு 3ஆம் ரோம–கார்த்தேஜ் போர் முடிவில் கார்த்தேஜ் அழிக்கப்பட்டமை காலத்தால் முற்பட்ட இனப்படுகொலைகளுள் ஒன்று என்று கொள்ளப்படுகிறது. இனப்படுகொலை என்ற சொல்கூட 1943ஆம் ஆண்டில்தான் ரஃபேல் லெம்கின் *(Raphael Lemkin)* என்பவரால் புனையப்பட்டது. யூத இனப்படுகொலையை அடுத்து 1948ஆம் ஆண்டு ஐக்கிய நாடுகள் அமைப்பால் அந்தச் சொல் ஏற்றுக்

அருந்ததி ராய்

கொள்ளப்பட்டது. ஐக்கிய நாடுகள் இனப்படுகொலைக் குற்றத் தடுப்பு – தண்டிப்பு ஒப்பந்தத்தின் 2ஆம் உறுப்புரையின் படி இனப்படுகொலையின் வரையறை பின்வருமாறு:

தேசிய, இன, இனத்துவ, சமயக் குழு ஒன்றை முழுமை யாகவோ ஓரளவோ அழிக்கும் நோக்குடன் புரியப்படும் பின்வரும் செயல்கள் போன்ற எவையும்:

(அ) அக்குழுவைச் சேர்ந்த ஆட்களைக் கொல்லுதல்;

(ஆ) அக்குழுவைச் சேர்ந்த ஆட்களுக்கு உடல்ரீதியாகவும் மனரீதியாகவும் கடும் துன்பம் விளைவித்தல்;

(இ) அக்குழுவைச் சேர்ந்த ஆட்களை முழுமையாகவோ ஓரளவோ அழிப்பதற்கான நிலைமைகளை வேண்டு மென்றே ஏற்படுத்தல்;

(ஈ) அக்குழுவின் மகப்பேறுகளைத் தடுப்பதற்கான நடவடிக்கைகளை மேற்கொள்ளல்;

(உ) அக்குழுவின் பிள்ளைகளை வலுக்கட்டாயமாக வேறொரு குழுவுக்கு மாற்றுதல்.

முரண்பட்ட அரசியல் கருத்துடையவர்களை, உண்மை யான அல்லது கற்பனையான 'மக்களின் எதிரிகளை'க் கொடுமைப்படுத்தும் செயல் இந்த வரையறையில் அடங்க வில்லை. அந்த வகையில் வரலாற்றில் இடம்பெற்ற மாபெரும் படுகொலைகள் சிலவற்றை இந்த வரையறை உள்ளடக்கவில்லை. The History and Sociology of Genocide என்னும் நூலை எழுதிய Frank Chalk, Kurt Jadassohn இருவரும் முன்வைக்கும் வரையறை இங்கு மிகவும் பொருத்தமானது என நினைக்கிறேன். 'இனப் படுகொலை என்பது ஒருதலைப் படுகொலை வகை ஆகும். இதில் ஓர் அரசு அல்லது வேறு அதிகாரபீடம் ஒரு குழுவை அழிக்க எண்ணுகிறது. அக்குழுவும் அதைச் சேர்ந்தவர்களும் அழிக்கப்படுபவர்களால் வரையறுக்கப்படுகின்றனர்' என்று அவர்கள் கூறுகிறார்கள். இந்த வரையறையில் (எடுத்துக்காட்டாக) இந்தோனேசியாவில் சுகார்த்தோவாலும் கம்போடியாவில் பொல் பொட்டினாலும் சோவியத் ஒன்றியத்தில் ஸ்டாலினாலும் சீனாவில் மாவோவாலும் லட்சக்கணக்கானோர் கொல்லப் பட்டமையும் மாபெரும் குற்றங்கள் புரியப்பட்டமையும் அடங்கும்.

அனைத்தையும் கருத்தில் கொண்டால் பூச்சிகளையும் பீடைகளையும் அருவருக்கும் வண்ணம் நினைவுறுத்தும்

ஒழித்துக்கட்டல் என்னும் சொல் மிகவும் நேர்த்தியான, பொருந்திய சொல்லாகலாம். இரைகொள்ளும் தரப்பு தனக்கு இரையாவோரை எதிர்கொள்ளும்போது அவர்களைத் தறிகெட்ட தனமாகக் கொல்வதற்கு ஏதுவாக, தன்னை அவர்களுடன் இணைக்கும் மானுடப் பிணைப்பை முதற்கண் துண்டிக்க வேண்டியுள்ளது. தனக்கு இரையாவோரைக் குறை மானுடப் பிறவிகள் என்றும், ஒட்டுண்ணிகள் என்றும் கொள்ள வேண்டியுள்ளது. அவர்களை ஒழித்துக்கட்டும் பணியை அது சமூகத் தொண்டாகக் கொள்ள வேண்டியுள்ளது. எடுத்துக்காட்டாக 1636ஆம் ஆண்டு அமெரிக்காவிலிருக்கும் கானிட்டிட்க்கட்டில் ஜான் மேசன் என்பவரின் தலைமையில் ஆங்கிலேயத் தூய்மைவாதிகளால் பேக்கோ செவ்விந்தியர்கள் *(Pequot Indians)* படுகொலைசெய்யப்பட்ட விவரம் இதோ:

> தீயில் எரியாது தப்பியோர் வாளுக்கு இரையாக்கப்பட்டார்கள். சிலர் துண்டு துண்டாக வெட்டப்பட்டார்கள். மற்றவர்கள் உடலில் வாள்கள் செருகப்பட்டன, இதனால் சீக்கிரமாக அவர்கள் கதையை முடிக்க முடிந்தது. ஓடித்தப்பியோர் ஒருசிலரே. அத்தருணம் ஏறத்தாழ 400 பேர் ஒழிக்கப்பட்டார்கள் என்று கருதப்படுகிறது. தீயில் அவர்கள் பொசுங்கும் காட்சியைப் பார்க்கப் பயங்கரமாக இருந்தது. ஓடையாகப் பெருகிய அவர்களின் குருதியே தீயைத் தணித்தது. நெடியும் முடையும் அருவருக்க வைத்தாலும், வெற்றிவேள்வி இனிக்கவே செய்தது.

அதன் பிறகு சுமார் 4 நூற்றாண்டுகள் கழிந்துவிட்டன. ஒருசில மாதங்களுக்கு முன்னர் *Tehelka* என்ற இந்திய செய்தி இதழ் மேற்கொண்ட மறைமுக நடவடிக்கை ஒன்றில், குஜராத் இனப்படுகொலையின் மூலகர்த்தாக்களுள் ஒருவராகிய பாபு பஜ்ரங்கி ரகசிய ஒளிப்பதிவுக்கு உள்ளானார்:

> முஸ்லிம் கடை ஒன்றையும் நாங்கள் விட்டு வைக்கவில்லை. எல்லாவற்றையும் நாங்கள் கொளுத்தினோம். அவர்களை எரித்துக் கொன்றோம் . . . வெட்டி, கொளுத்தி, எரித்து . . . இந்தத் தேவிடியாபசங்களுக்கு எரியப் பயம் . . . அவர்களுக்குச் சிதையூட்டப்படுவதில் விருப்பம் இல்லை. ஆனபடியால், நாங்கள் அவர்களை எரித்தோம். அது சரி என்று நம்புகிறோம் . . .

பாபு பஜ்ரங்கிக்கு நரேந்திர மோடியின் நல்லாசிகளும் காவல்துறையின் பாதுகாப்பும் அவருடைய மக்களின் பாசமும்

கிடைத்ததை இங்குச் சொல்லத் தேவையில்லை என்று நினைக்கிறேன். குஜராத்தில் அவர் தொடர்ந்தும் சுதந்திர மனிதராக உழைத்து வளம்பெருக்கி வருகிறார். இனப்படுகொலையை மறுக்கும் குற்றச்சாட்டு மட்டுமே அவர்மீது சுமத்த முடியாது!

அப்பட்டமான இனவாதம், ரத்தவேட்கை கொண்ட பழையகால ஆதிக்கவியலாளர்களின் குற்றமறுப்பு மனப்பான்மையின் புதியதொரு வடிவமே இந்த இனப்படுகொலை மறுப்பும். 19ஆம் நூற்றாண்டில் எழுந்த சற்றுக் கந்தல்விழுந்த இரட்டை ஒழுக்கத்துக்கான பதில்வினையாக இது தோன்றியிருக்கலாம். அப்போது ஐரோப்பிய நாடுகளில் ஓரளவு புதிய ஜனநாயக வகைகளும் குடிமக்களின் உரிமைகளும் உருவாகி வந்தன. மறுபுறம் அதே நாடுகள் தமது குடியேற்ற நாடுகளில் லட்சக் கணக்கானோரை ஒழித்துக்கட்டி வந்தன. தாம் புரிந்த இனப் படுகொலைகளை நாடுகளும் அரசுகளும் திடீரென மறுக்கவும் மறைக்க முயலவும் தொடங்கின. 'கொலையை மறுப்பதன் பொருள், கொலையாளிகள் கொல்லவில்லை, பலியானோர் கொல்லப்படவில்லை என்பதே. மறுப்பின் நேரடி விளைவு யாதெனில், எதிர்கால இனப்படுகொலைக்கு அழைப்பு விடுப்பதே' என்கிறார் ராபர்ட ஜே. லிஃப்டன் *(Robert J. Lifton.)*

இன்று இனப்படுகொலை அரசியல் என்பது தாராள வணிகத்தை எதிர்கொள்ளும்போது, படுகொலைகளும் இனப் படுகொலைகளும் அதிகாரப்பூர்வமாக ஏற்கப்படுவது அல்லது மறுக்கப்படுவது என்பது ஒரு பன்னாட்டு வர்த்தக முயற்சியாக மாறிவிடுகிறது. அதற்கும் வரலாற்று உண்மைக்கும் இடையே, அதற்கும் தடயவியல் சான்றுக்கும் இடையே பெரிதும் தொடர்பு கிடையாது. அறம் இதில் சம்பந்தப்படுவதில்லை என்பது உறுதி. இது விலையை உயர்த்தி ஆக்கிரமிக்கும் நடைமுறை ஆகும். இது ஐக்கிய நாடுகள் அமைப்பைக் காட்டிலும் உலக வர்த்தக அமைப்புக்கே *(WTO)* உரிய நடைமுறை ஆகும். இயற்கை வளங்களுக்கான சந்தையில் ஏற்படும் தளும்பல்கள், எதிர்கால வியாபார ஊகத்தினடிப்படையிலான முதலீடு எனப்படும் விசித்திரம், அப்பட்டமான பழைய பொருளாதார வலு, படை வலு என்பனவே அதற்குப் பயன்படுத்தப்படும் நாணயங்கள்.

என்ன காரணங்களுக்காக இனப்படுகொலைகள் செய்யப் படுகின்றனவோ பெரிதும் அதே காரணங்களுக்காகவே இனப் படுகொலைகள் மறுக்கப்படுகின்றன. இன, இனத்துவ, சமய, தேசிய பாரபட்சத்தில் ஊறிய பொருளாதார நோக்கம் இங்கு சம்பந்தப்படுகிறது. ஒரு நாட்டில் இனப்படுகொலை நிகழ்ந்ததா

இல்லையா, அல்லது நிகழுமா இல்லையா, அல்லது நிகழ்ந்தால் அது வெளியுலகத்துக்கு அறிவிக்கப்படுமா இல்லையா, அது அறிவிக்கப்படுமானால் அதை எப்படி ஒருபக்கம் சாய்த்து அறிவிப்பது என்றெல்லாம் பிறநாட்டு அரசுகள் தீர்மானிக்கும் விஷயத்தில், ஒரு பீப்பாய் எண்ணெயின் (அல்லது ஒரு டன் யுரேனியத்தின்) விலையைக் குறைத்தல் அல்லது உயர்த்தல், படைத்தளம் அமைக்க அனுமதி அளித்தல், அல்லது அந்த நாடு அதன் பொருளாதாரக் கதவுகளைத் திறந்துவிடுதல் போன்ற நடவடிக்கைகள் தீர்க்கமான காரணியாக அமையக் கூடும். எடுத்துக்காட்டாக, காங்கோவில் லட்சக்கணக்கானோர் படுகொலைசெய்யப்பட்டமை பெரிதும் அறிவிக்கப்பட்டதே இல்லை. ஏன்? 2003இல் ஈராக்மீது அமெரிக்கா படையெடுக்கும் முன்னர் விதிக்கப்பட்ட பொருளாதார முட்டுக்கட்டைகளால் பத்துலட்சம் ஈராக்கியர் உயிரிழந்தமை இனப்படுகொலையா? (இனப்படுகொலை என்றுதான் ஈராக்கிற்கான ஐ.நா. மனிதாபிமான அலுவல்களின் இணைப்பாளர் டென்னிஸ் ஹாலிடே வலியுறுத்தினார்.) அல்லது ஐ.நா.வுக்கான அமெரிக்கத் தூதர் மேடெலைன் ஆல்பிரைட் வலியுறுத்துவது போல், பத்துலட்சம் ஈராக்கியரின் இறப்பு 'கிடைத்த பயனுக்கு ஈடானது' தானா? அதற்கான விடை, யார் விதிகளை வகுக்கிறார்கள் என்பதைப் பொறுத்தது. பில் கிளின்டனா? அல்லது தன் குழந்தையை இழந்த ஈராக்கிய தாயா? என்பதைப் பொறுத்தது.

உலகிலேயே செல்வமும் வலிமையும் மிகுந்த நாடு அமெரிக்காவே. ஆதலால் இனப்படுகொலை மறுப்புக்கு வித்திடுவதில் அது முதலிடத்தில் நிற்கிறது. கொலம்பஸ் அமெரிக்கா சென்றடைந்த நாளை, கொலம்பஸ் தினம் என்னும் பெயரில் அது தொடர்ந்து கொண்டாடிவருகிறது. லட்சக் கணக்கான செவ்விந்தியரை, அமெரிக்க மக்கள்தொகையில் 90 விழுக்காட்டினரை, பலிவாங்கிய இனப்படுகொலையின் தொடக்கத்தைக் குறிக்கும் அந்த நாளை அது கொண்டாடி வருகிறது. செவ்விந்தியர்களுக்கு அம்மைநோய்க் கிருமிபடிந்த கம்பளங்களை வழங்கும் யோசனையை முன்வைத்த லார்ட் அம்ஹர்ஸ்டின் (Lord Amherst) பெயர், மசாசுசெட்டில் ஒரு பல்கலைக்கழக நகரத்துக்கும் மகிமைவாய்ந்த ஒரு மானுடவியல் கலைக் கல்லூரிக்கும் சூட்டப்பட்டுள்ளது.

அமெரிக்காவின் இரண்டாவது இனப்படுகொலையில் ஆப்பிரிக்க மக்கள் சுமார் 3 கோடி பேர் கடத்தப்பட்டு, அடிமைகளாக விற்கப்பட்டார்கள். அவர்களுள் கிட்டத் தட்ட அரைவாசிப்பேர் இடைவழியில் மாண்டுபோனார்கள்.

எனினும் 2001ஆம் ஆண்டு டர்பனில் நடைபெற்ற உலக இனவாத எதிர்ப்பு மாநாட்டில் கலந்துகொண்ட அமெரிக்கத் தூதுக்குழு, அடிமை முறையும் அடிமை வியாபாரமும் குற்றங்களே என்பதை ஒப்புக்கொள்ள மறுத்து வெளிநடப்புச் செய்ய முடிந்தது. அடிமைமுறை அந்தக் காலத்தில் சட்டபூர்வ மான தொழில்முறை என்று அவர்கள் வாதாடினார்கள். டோக்கியோ, ஹிரோஷிமா, நாகசாகி, ட்ரெஸ்டன், ஹம்பேர்க் நகரங்கள்மீது நடத்தப்பட்ட குண்டுவீச்சுக்களில் லட்சக்கணக் கானோர் கொல்லப்பட்டார்கள். அவற்றை எல்லாம் வெறும் குற்றங்கள் என்று ஒப்புக்கொள்ளவே அமெரிக்கா மறுத்து விட்டது. அவற்றை இனப்படுகொலைகள் என்று எப்படி அது ஒப்புக்கொள்ளும்? (குடிமக்களைக் கொல்லும் எண்ணம் தங்கள் அரசாங்கத்துக்குக் கிடையாது என்பதே அவர்களின் வாதம். 'பக்கவாட்டுச் சேதங்கள்' என்னும் களை முளைக்கத் தொடங்கிய காலகட்டம் அது.) அமெரிக்கா முதல் முறையாக 1848ஆம் ஆண்டில் மேற்கொண்ட வெளிநாட்டுப் படையெடுப் பில் மெக்சிகோவைக் கைப்பற்றிய பின்னர் எண்ணற்ற முறை வெளிப்படையாகவோ மறைமுகமாகவோ படைவலு கொண்டு பிறநாடுகளில் தலையிட்டுள்ளது. ஆம், சாலச்சிறந்த நோக்கங் களுடன் அது வியட்நாம்மீது மேற்கொண்ட படையெடுப்பில் இந்தோசீனா எங்கும் லட்சக்கணக்கானோர் மாண்டார்கள்.

மேற்படி நடவடிக்கைகளுள் எவையுமே போர்க் குற்றங்கள் என்றோ, இனப்படுகொலைகள் என்றோ ஒப்புக்கொள்ளப் படவில்லை. 'நன்மை கிடைப்பதற்கு எவ்வளவு தீமைகள்தான் நாங்கள் புரிய வேண்டும்?' என்று வினவுகிறார் ராபெர்ட் மக்னமாரா (Robert McNamara). 1945ஆம் ஆண்டு டோக்கியோ மீது குண்டு வீசியதிலிருந்து (அந்த ஒரே இரவில் ஒரு லட்சம் பேர் மாண்டனர்) துவங்கிய அவரது பணி, பின்னர் வியட்நாம் போரின் சூத்திரதாரி, உலக வங்கியின் தலைவர் என ஏறுமுக மாகவே இருந்தது. அந்தச் சீமான் தற்போது தனது சொகுசு நாட்டில், சொகுசு வீட்டில், சொகுசு நாற்காலியில் ஆறியமர்ந்து அப்படி வினவுகிறார்!

இனப்படுகொலையை மறுப்பது, மேலும் பல இனப்படு கொலைகளுக்கு அழைப்பு விடுப்பதாகும் என்று ராபர்ட ஜே. லிஃப்டன் சுட்டிக்காட்டியதற்கு இதைவிட மிகநேர்த்தி யான எடுத்துக்காட்டு வேறு இருக்க முடியுமா?

அரசியல் கொந்தளிப்புகள் மிகுந்த மத்திய கிழக்கில் துருக்கியுடன் கொண்ட நட்பின் அறிகுறியாக, ஆர்மீனிய

இனப்படுகொலையை மறுக்கும் துருக்கிய அரசாங்கத்தின் நிலைப்பாட்டுடன் அமெரிக்கா உடன்பட்டுச் செயல்படுகிறது. அதே காரணத்துக்காக இஸ்ரேலிய அரசாங்கமும் அப்படியே செய்கிறது. அவர்களைப் பொறுத்தவரை ஆர்மீனிய மக்கள் அனைவருக்கும் சித்தபிரமை பிடித்திருக்கிறது போலும்!

இனி, காங்கோவிலும் ருவாண்டாவிலும் படுகொலைக்கு ஆளானோரே படுகொலையாளர்களாக மாறிய பின்னர் என்ன செய்வது? மானுட வரலாற்றில் நிகழ்ந்த கொடிய இனப் படுகொலையின் சிதைவுகளிலிருந்து தோற்றுவிக்கப்பட்ட இஸ்ரேலைப் பற்றி எடுத்துரைக்க ஏதாவது எஞ்சியுள்ளதா? இஸ்ரேலால் ஆக்கிரமிக்கப்பட்டிருக்கும் பாலஸ்தீனிய ஆள் புலங்களில் இஸ்ரேல் மேற்கொள்ளும் நடவடிக்கைகள் பற்றி மேற்கொண்டு என்ன சொல்ல வேண்டியுள்ளது? அங்கெல்லாம் இஸ்ரேலியக் குடியேற்றங்கள் தலைகாட்டி வருகின்றன. நீர் நிலைகள் இஸ்ரேலியக் குடியேற்றத்துக்கு உட்பட்டு வருகின்றன. பாலஸ்தீனிய மக்களின் பயிர்நிலங்களிலிருந்தும் வேலைத் தலங்களிலிருந்தும் உறவினர்களிடமிருந்தும் பிள்ளைகளின் பள்ளிக்கூடங்களிலிருந்தும் வைத்தியசாலைகளிலிருந்தும் சுகாதார நிலையங்களிலிருந்தும் அவர்களை இஸ்ரேலின் புதிய 'பாதுகாப்பு மதில்' பிரித்து நிற்கிறது. இது அப்பட்டமான இனப்படுகொலை, மெது மெதுவான இனப்படுகொலை ஆகும். குறிப்பாக 'அக்குழுவைச் சேர்ந்த ஆட்களை முழுமையாகவோ ஓரளவோ அழிப்பதற்கான நிலைமைகளை வேண்டுமென்றே ஏற்படுத்தும் செயல் எதுவும் இனப்படுகொலையே' என்று விளம்பும் ஐக்கிய நாடுகள் இனப்படுகொலைக் குற்றத் தடுப்பு – தண்டிப்பு ஒப்பந்தத்தின் 2ஆம் பிரிவை விளக்கிடும் எடுத்துக் காட்டு.

சர்வதேச அரங்கில் டென்னிஸ் வீரர்களைத் தரம்பிரித்து, புள்ளி ஒதுக்குவது போல் இனப்படுகொலைகளைத் தரம் பிரித்து, புள்ளி ஒதுக்குவது இனப்படுகொலை விளையாட்டில் படுகேவலமான அம்சம் எனலாம். இனப்படுகொலைக்கு இரையாவோர் மதிப்புமிக்கவர்கள், மதிப்பற்றவர்கள் என்று தரம்பிரிக்கப்படுகிறார்கள். 60 லட்சம் பேரை இரைகொண்ட யூத இனப்படுகொலையே இன்றுவரை மிகவும் அறியப்பட்ட, மிகவும் ஆவணப்படுத்தப்பட்ட, மிகவும் கண்டிக்கப்பட்ட இனப் படுகொலை ஆகும். (நாசிகள் ஆயிரக்கணக்கான நாடோடி களையும் பொதுவுடைமைவாதிகளையும் ஓரினச்சேர்க்கையாளர் களையும் பல லட்சக்கணக்கான ரஷ்யப் போர்க் கைதிகளை யும் கொன்றொழித்த விவரம், அவர்கள் அனைவரும் யூதர்கள்

அல்லர் என்ற விவரம், யூத இனப்படுகொலை பற்றிய படைப்புகளிலும் நூல்களிலும் திரைப்படங்களிலும் அடக்கி வாசிக்கப் பட்டுள்ளது). 20ஆம் நூற்றாண்டில் நிகழ்ந்த மிகவும் பயங்கரமான இனப்படுகொலை, யூதர்களுக்கு எதிராக நாசிகள் புரிந்த இனப்படுகொலையே என்பது உலகளாவிய முறையில் ஏற்றுக் கொள்ளப்படுகிறது. ஆதலால் வரலாற்றறிஞர்கள் சிலர் ஆர்மீனிய இனப்படுகொலை மறக்கப்பட்ட இனப்படுகொலை என்று குறிப்பிட்டுவருகிறார்கள். ஆர்மீனிய இனப்படுகொலையை உலகத்துக்கு நினைவூட்டும் போராட்டத்தின் ஓர் அங்கமாக, 20ஆம் நூற்றாண்டில் நிகழ்ந்த முதலாவது இனப்படுகொலை அதுவே என்று அவர்கள் அடிக்கடி குறிப்பிட்டு வருகிறார்கள். 'ஆர்மீனிய இனப்படுகொலை என்பது வரலாற்றில் ஒரு திருப்பம். வரலாற்றை அது மாற்றியது. முன்னெப்போதும் வரலாற்றில் இப்படி நடக்கவில்லை. இதுவே இனப்படுகொலை காலத்தைத் தொடக்கிவைத்தது, 20 ஆம் நூற்றாண்டே இனப்படுகொலை காலத்தைத் தொடங்கி வைத்தது என்னும் உண்மையை நாம் ஒப்புக்கொள்ள வேண்டும்' என்று ஆர்மீனிய இனப்படுகொலை பற்றி மிகவும் அறிந்துதெளிந்த கல்வியாளர்களுள் ஒருவரும், *The Burning Tigris: The Armenian Genocide and America's Response* என்னும் நூலின் ஆசிரியருமாகிய பீட்டர் பலாக்கியன் *(Peter Balakian)* கூறுகிறார்.

பேராசிரியர் கூறுவது தவறு. 'இனப்படுகொலை காலம்' நீண்ட காலத்துக்கு முன்னரே தொடங்கிவிட்டது. எடுத்துக் காட்டாக 20ஆம் நூற்றாண்டு தொடங்கி ஒருசில ஆண்டுகளுக் குள் தென்மேற்கு ஆப்பிரிக்காவில் எரெரோ மக்கள் ஜெர்மனிய ரால் கொன்றொழிக்கப்பட்டார்கள். எரெரோ மக்களைக் கொன்றொழிக்கும்படி 1904ஆம் ஆண்டு *Adolf Lebrecht von Trotha* என்னும் ஜெர்மன் தளபதி உத்தரவிட்டான். அவர்கள் ஒரு பாலைவனத்துக்கு விரட்டப்பட்டு, உணவும் நீரும் மறுக்கப் பட்டு, அழிக்கப்பட்டார்கள். அதேவேளை, அதற்கு ஈடுகொடுத்து, ஆப்பிரிக்கக் கண்டத்தின் வேறு பகுதிகளில் இனப்படுகொலை தொடர்ந்து நடைபெற்றது. பிரெஞ்சுக்காரர், பிரித்தானியர், பெல்ஜியர் எல்லோரும் சுறுசுறுப்பாகச் செயல்பட்டார்கள். காங்கோவில் அடிமைகளையும் ரப்பரையும் தந்தத்தையும் தேடி 'வியாபாரம் பெருக்கும் பரீட்சார்த்த முயற்சியில்' பெல்ஜிய மன்னர் லியொபோல்ட் மும்முரமாக ஈடுபட்டிருந்தார். அவருடைய பரீட்சார்த்த முயற்சிக்கு ஒரு கோடிப் பேர் பலியானார்கள். வரலாற்றில் இடம்பெற்ற மிகக்கொடிய இனப் படுகொலைகளுள் அது ஒன்று. (ஆப்பிரிக்கக் கனிம வளத்தைச்

சுரண்டும் போராட்டம் தொடர்கிறது. ருவாண்டா, காங்கோ, நைஜீரியா போன்ற ஆப்பிரிக்க நாடுகளில் உங்களுக்கு விருப்பமான ஒன்றின் வரலாற்றைப் புரட்டிப் பாருங்கள். ஐரோப்பாவின் பழைய காலனியாதிக்கத்திலும் அமெரிக்காவின் புதிய காலனியாதிக்கத்திலும் இவற்றின் வேர்கள் ஊடுருவியுள்ளன.)

19ஆம் நூற்றாண்டின் இறுதிக் கால்பகுதியில் தஸ்மேனியாவிலும் ஆஸ்திரேலியாவின் பெரும்பகுதியிலும் வாழ்ந்த பழங்குடி மக்களைப் பிரித்தானியர் பட்டினிபோட்டு, வேட்டையாடிக் கொன்று தீர்த்தார்கள். பிரித்தானியக் குற்றவாளிகளால் வேட்டையாடிக் கொல்லப்பட்ட பழங்குடியினர் ஒவ்வொருவரின் தலைக்கும் 5 பவுண்ட்கள் வெகுமதி கொடுக்கப்பட்டது. தஸ்மேனியாவின் கடைசிப் பெண் துருகனீனா 1876இல் இறந்தாள். (அவளுடைய எலும்புக்கூடு பல ஆண்டுகளாக ஓர் அருங்காட்சியகத்தில் வைக்கப்பட்டிருந்தது. இறுதியில், 1976இல், அவளுடைய இனத்தவர்களிடம் அது கையளிக்கப்பட்டது. தகுந்த மரியாதையுடனும் சடங்குடனும் அது அடக்கம் செய்யப்பட்டது.) ஆம், ஸ்பானியரும் பிரெஞ்சுக்காரரும் பிரித்தானியரும் அமெரிக்கக் கண்டத்தில் ஏற்கெனவே இறைபணி ஆற்றி முடித்துவிட்டார்கள்.

இனப்படுகொலைச் சூதாட்டங்களில் ஓர் இனத்து மக்களுக்கு நீதிகேட்டு மன்றாடும்போது, வேறு இனத்து மக்கள் படும் இன்னல்கள்மீது கவனம் செலுத்தாது புறக்கணித்துவிடுவது எளிது. இங்குதான் இனப்படுகொலை சார்ந்த அரசியல் ஒழுக்கம் தடம்புரள்கிறது. பொம்மைக்குள் ஒரு பொம்மையாக, இனப்படுகொலைக்குள் ஓர் இனப்படுகொலையாக, மறுப்புக்குள் ஒரு மறுப்பாக அது தொடர்கிறது.

இனப்படுகொலை என்பது மானுட முறைமையுள் ஒரு பிறழ்வோ வழுவோ பழுதோ அல்ல என்றுதான் இனப்படுகொலை வரலாறு நமக்குப் புகட்டுகிறது. மானுடச் சூழலில் அதிக பங்கு வகிக்கும் அன்பு, கலை, விவசாயம் போன்று நீடித்து நிலைத்துள்ள பழைய பழக்கமே இனப்படுகொலை. 15ஆம் நூற்றாண்டிலிருந்து தொடரும் இனப்படுகொலை, ஐரோப்பாவின் மண்ணாசையின் பகுதியே, Lebensraum என்று ஜெர்மனியர் குறிப்பிட்ட பெயர்போன மண்ணாசையின் பகுதியே. ஆதிக்கம் மிகுந்த மனித இனம் எதுவும் மண்ணாசையால் அதன் பரப்பை விரிவுபடுத்த முனைவது இயல்பே என்ற தனது எண்ணத்தை முன்வைக்க ஜெர்மனிய புவியிலாளர் – விலங்கியலாளர் ஃப்ரைட்ரிக் ராட்ஸெல் (Friedrich Ratzel)

புனைந்த சொல்: *lebensraum* (வாழ்விடம்) ஆதிக்கம் குன்றிய மனித இனம் நலிவுறும் வண்ணம் ஆதிக்கம் மிகுந்த மனித இனம் தன் நிலப்பரப்பை விரிவுபடுத்த முயல்வது வழக்கம். வலிமை குன்றிய மனித இனம் வலிமை மிகுந்த மனித இனத்துக்கு வழிவிட வேண்டும், அல்லது வழிவிட நிர்ப்பந்திக்கப் பட வேண்டுமென்று நாசிய சித்தாந்திகள் கருதினார்கள்.

*1901*ஆம் ஆண்டு *lebensraum* என்னும் கருத்து நுண்ணிய மொழியில் எடுத்துரைக்கப்பட்டது. எனினும் அதற்கு *400* ஆண்டுகளுக்கு முன்னரே, கொலம்பஸ் அமெரிக்கக் கண்டத்தை அடைந்தபோதே, ஐரோப்பா அதன் நிலப்பரப்பை விரிவுபடுத்த ஆரம்பித்துவிட்டது.

ஏற்கெனவே மற்றைய ஐரோப்பிய நாடுகளால் பங்கு போடப்பட்ட ஓர் உலகத்தில் ஹிட்லரின் மண்ணாசையே நாசிகளைக் கிழக்கு ஐரோப்பா ஊடாக ரஷ்யாவை நோக்கிப் படையெடுக்க வைத்தது என்று வாதிடுகிறார் *Exterminate All the Brutes* நூலாசிரியர் ஸ்வென் லிண்ட்டுஸ்ட் *(Sven Lindqvist)*. கிழக்கு ஐரோப்பிய யூதர்களும் மேற்கு ரஷ்ய யூதர்களும் ஹிட்லரின் காலனியாதிக்க வேட்கைக்கு குறுக்கே நின்றார்கள். ஆதலால் ஆசிய, ஆப்பிரிக்க, அமெரிக்க சுதேசி மக்களைப் போல யூதர்களையும் அவர்கள் அடிமைப்படுத்தி அழிக்க வேண்டியிருந்தது. அவ்வாறு இனவாத நோக்கில் யூதர்களை அவர்கள் பலியெடுத்ததை, திடீரெனப் புத்திபேதலித்து புரிந்த தீமை என்று தட்டிக்கழிக்க முடியாது என்கிறார் *Lindqvist*. இது நமக்குத் தெரிந்த கலவையின் விளைவு: பழைய இனவாதத்தில் ஊறிய பொருளாதார நோக்கம்! அக்காலத்து ஐரோப்பிய மரபுக்கு மிகவும் ஏதுவான நோக்கம்!

ஒட்டோமன் பேரரசில் ஆர்மீனிய இனப்படுகொலையை நிகழ்த்திய அரசியல் கட்சி ஐக்கியம் மற்றும் முன்னேற்றக் குழு எனப்பட்டது. அது தற்செயலானதல்ல. 'ஒருங்கிணைப்பு' என்பது இன / இனத்துவ / சமய / தேசிய ஒருங்கிணைப்பு; 'முன்னேற்றம்' என்பது பொருளாதார நியதி. ஐரோப்பியப் பாரம்பரியத்தில் இவை இரண்டும் நெடுங்காலமாகவே இனப் படுகொலையின் கலப்புக் கூறுகளாக விளங்கி வந்துள்ளன.

இந்த வரலாற்று அறிதலைக்கொண்டு, 'வளர்ச்சியின்' நுழைவாயிலில் நிலைகொள்ளும் ஒரு நாடு, இனப்படுகொலையின் நுழைவாயிலில் நிலைகொள்ளும் நாடாகவும் விளங்குமோ என்று கவலைப்படுவது நியாயம்தானே? அற்புத வளர்ச்சி, அற்புத ஜனநாயகம் என்று முழு உலகமும் வியந்து கொண்டாடும்

இந்தியா தற்போது இனப்படுகொலையின் விளிம்பில் நிலை கொண்டிருக்கக் கூடுமா? அப்படி கேட்பதே விசித்திரமாய் ஒலிக்கலாம். இந்தக் காலகட்டத்தில் இனப்படுகொலை என்னும் சொல்லாட்சி அறவே வேண்டத்தகாததாகவும் தென்படலாம். எனினும், எதிர்காலத்தை நாம் கருத்தில் கொண்டால், வளர்ச்சி – மன்னர்கள் தங்கள் சொந்த பிரச்சாரத்தில் நம்பிக்கை கொண்டால், தாங்கள் தேர்ந்தெடுத்த வளர்ச்சி வடிவத்துக்கு மாற்றுவடிவம் இல்லை என்பதில் அவர்கள் நம்பிக்கை கொண்டால், தங்கள் வழியில் இடையூறு செய்பவர்களை அவர்கள் படுகொலை புரியக்கூடும்; படுகொலைகள் புரிவதை அவர்களால் தவிர்க்கவியலாது போய்விடும்.

சிறுகச் சிறுக, செய்திகள் கசியக் கசிய, கொலையும் இறப்பும் ஏற்கெனவே தொடங்கிவிட்டது போலவே தெரிகிறது.

○

1989ஆம் ஆண்டு சோவியத் நாடு நிலைகுலைந்த கையோடு அதன் அணிசேரா இயக்க உறுப்பினராயிருந்த இந்திய அரசாங்கம் தன்னை விலக்கிக்கொண்டு, முற்றிலும் அணிசேரும் இயக்கத்தில் உறுப்பினரானது. தன்னை இஸ்ரேல், அமெரிக்கா இரண்டினதும் 'இயல்பான நட்புநாடு' என்று அடிக்கடி இந்தியா விளம்பரப்படுத்திக் கொண்டது. (இம்மூன்று நாடுகளுக்கும் பொதுவான விஷயம் ஒன்றையாவது சுட்டிக்காட்டலாம்: மூன்றும் படைபலத்தால் நவீன காலனியாதிக்கம் செய்யும் நாடுகள்; இந்தியா காஷ்மீரையும், இஸ்ரேல் பாலஸ்தீனத்தை யும், அமெரிக்கா ஈராக்கையும் ஆஃப்கானிஸ்தானையும் ஆக்கிரமித்துக்கொண்டன.)

பெரிய தேசிய அரசியல் கட்சிகளாகிய பா.ஜ.க., காங்கிரஸ் இரண்டும், ஒருமைப்பாடு மற்றும் முன்னேற்றத்தில் இந்திய வடிவத்தைப் பெரிதும் ஒருங்கிணைந்து மேற்கொண்டன. இன்றைய காலத்தில் இவை தேசியவாதம் – வளர்ச்சி எனப் படுகின்றன. அவ்வப்போது, குறிப்பாகத் தேர்தல் நடைபெறும் வேளைகளில், சில குடும்பச் சச்சரவுகளை அவை அரங்கேற்றுவ துண்டு; அரங்கேற்றி முழக்கமிடுவதுண்டு. அதேவேளை இந்திய (மார்க்சிய) பொதுவுடைமைக் கட்சியினர் போன்ற தொண தொணக்கும் உறவினர்களைக்கூட அரவணைத்துச் செல்வதில் அவ்விரு கட்சிகளும் வெற்றிகண்டுள்ளன.

ஐக்கிய திட்டத்தின்படி இந்து தேசியவாதமே முன்வைக்கப் படுகிறது (அது இந்து வாக்குகளை ஒன்றுகுவிக்கும் முயற்சி.

அப்படிச் செய்வது இந்தியா போன்ற ஒரு மாபெரும் ஜனநாயக நாட்டுக்கு இன்றியமையாதது என்பதை நீங்கள் ஒப்புக்கொள் வீர்கள்தானே !) முன்னேற்றத் திட்டத்தின் இலக்கு: 10 சதவீத ஆண்டு வளர்ச்சி வேகம். இரண்டு திட்டங்களிலுமே இனப் படுகொலைக்கான ஆற்றல் வேர்கொண்டுள்ளது.

பா.ஜ.க., அதன் துணைப்படைகளாகிய வி.எச்.பி., பஜ்ரங் தள் ஆகியவற்றின் சித்தாந்த இதயமாகவும், பங்கு கைக்கொள் ளும் கம்பனியாகவும் விளங்கும் ஆர்.எஸ்.எஸ். இயக்கத்திடம் ஒருமைப்பாட்டுத் திட்டப் பொறுப்பு ஒப்படைக்கப்பட்டுள்ளது. ஆர்.எஸ்.எஸ். 1925ஆம் ஆண்டு அமைக்கப்பட்டது. 1930களில் அதன் நிறுவனரும் முசோலினி – தாசருமாகிய டாக்டர் கே.பி. ஹெட்கேவார் இத்தாலிய பாசிச நெறிகளின்படி அதைச் செப்பனிடத் தொடங்கினார். ஆர்.எஸ்.எஸ். இயக்கத்துக்கு உயிர்ப்பூட்டும் ஆளுமைகளில் ஹிட்லரும் அடக்கம். டாக்டர் ஹெட்கேவாருக்குப் பின்னர், 1940ஆம் ஆண்டு ஆர்.எஸ்.எஸ். இயக்கத்துக்குத் தலைமை ஏற்ற எம்.எஸ். கோல்வாக்கர் எழுதிய இயக்க மறைநூலாகிய *We or Our Nationhood Defined* என்பதில் பிழிந்தெடுத்த சில துளிகள் பின்வருமாறு:

> முஸ்லிம்கள் முதன்முதலில் இந்துஸ்தானுக்குள் அடியெடுத்து வைத்த அந்தத் தீயநாள் முதல் இக்கணம் வரை இந்து இனம் அக்கேடர்களை எதிர்கொண்டு தீரத்துடன் போராடி வந்துள்ளது. இன உணர்வு மேலோங்கி வந்துள்ளது.

> மேலும்:

> இந்துக்களின் தேசமாகிய இந்துஸ்தானிலேயே இந்து இனம் வாழ்கிறது, வாழ வேண்டும் . . .

> மற்றவர்கள் எல்லோரும் தேசியக் குறிக்கோளுக்கு எதிரான துரோகிகள், பகைவர்கள் அல்லது, (தயவுக்கண் கொண்டு பார்த்தால்) மூடர்கள் . . . எனினும் இந்துஸ்தானில் இருக்கும் அந்நிய இனங்கள் இந்து இனத்துக்கு முற்றிலும் அடி பணிந்து, எதுவுமே கோராது, சலுகைகள் பெற அருகதை யின்றி, முன்னுரிமை எதையும் பெற அறவே அருகதை யின்றி – குடியுரிமை பெறவே அருகதையின்றி இந்த நாட்டில் தங்கியிருக்கலாம்.

> மீண்டும்:

> ஜெர்மனி தனது இனத்தின் தூய்மையை, தனது பண்பாட் டின் தூய்மையைப் பேணும் பொருட்டு செமித்திய இனங் களை – யூதர்களை – நாட்டிலிருந்து அகற்றியது. இனப்

பெருமை அங்குப் புலப்படுத்தப்பட்டுள்ளது . . . இந்துஸ்தானில் இருக்கும் நாம் கற்றுப் பயன்படுத்த வேண்டிய நல்ல பாடம் அது.

இத்தகைய வெறுப்பியக்கத்தை எவ்வாறு எதிர்கொள்வது? அசட்டுத்தனமான மதச்சார்பற்ற நிச்சயமாக நேசம் பற்றிய போதனையுரைகளால் அல்ல.

2000ஆம் ஆண்டளவில் ஆர்.எஸ்.எஸ். இயக்கம் 60,000க்கு மேற்பட்ட கிளைகளைக் கொண்டிருந்தது. 40 லட்சத்துக்கும் மேற்பட்ட தொண்டர்கள் இந்தியா முழுவதும் அதன் கோட்பாட்டைப் புகட்டி வருகிறார்கள். அவர்களுள் இந்தியாவின் முன்னாள் பிரதமர் ஏ.பி. வாஜ்பாய், முன்னாள் உள்துறை அமைச்சரும் இந்நாள் எதிர்க்கட்சித் தலைவருமாகிய எல்.கே. அத்வானி, மூன்று முறை குஜராத் முதலமைச்சரான நரேந்திர மோடி ஆகியோர் அடங்குவர். அவர்களுடன் ஊடகத் துறை, காவல்துறை, ராணுவம், உளவுத்துறை, நீதித்துறை ஆகியவற்றைச் சேர்ந்த மூத்த மனிதர்களும், ஆர்.எஸ்.எஸ். இயக்கத்தின் இந்துத்துவச் சித்தாந்தத்தின் அடிவருடிகளாக விளங்கும் நிருவாகத் துறை அதிகாரிகள் பலரும் அடங்குவர். பதவிக்கு வருவதும் போவதுமாய் இருக்கும் அரசியல்வாதிகளைப் போலன்றி, இவர்கள் நிரந்தர அரசாங்க ஊழியர்கள்.

ஆர்.எஸ்.எஸ். இயக்கம் பல பத்தாண்டுகளாக அரும்பாடுபட்டு, சமூகத்தின் எல்லா மட்டங்களிலும் ஒரு வலைப் பின்னல் போல் அதன் கிளைகளைப் பரப்பியுள்ளது. அதற்கு இந்தியாவில் வேறெந்த அரசியல் குழுமமோ பண்பாட்டுக் குழுமமோ ஈடுகொடுக்க முடியாது. அதன் உண்மையான வலிமை அதுவே. பா.ஜ.கவே அதன் அரசியல் முன்னணி. அதற்கொரு தொழிற் சங்க அணி (பாரதிய மஸ்தூர் சங்), மாதர் அணி (ராஷ்ரிய சேவிக சமிதி), மாணவர் அணி (அகில் பாரதிய வித்தியார்த்தி பரிஷத்), பொருளாதார அணி (சுவதேசி ஜாக்ரன் மஞ்ச்) உண்டு.

ஆர்.எஸ்.எஸ். இயக்கத்தின் வெளிமுக அமைப்பாகிய வித்தியா பாரதியே அரசு சாரா துறையில் மிகப்பெரிய கல்வித் துறை அமைப்பு. அது 70,000 ஆசிரியர்களையும் 17 லட்சம் மாணவர்களையும் கொண்ட சரஸ்வதி வித்தியா மந்திர் பள்ளிக்கூடங்கள் உட்பட 13,000 கல்வி நிறுவனங்களை நடத்தி வருகிறது. அதன் அமைப்புகள் செயல்படும் துறைகள்: பழங்குடிகள் (வனவாசி கல்யாண் ஆஷ்ரம்), இலக்கியம் (அகில் பாரதிய

சாகித்திய பரிஷத்), அறிவுஜீவிகள் (பிராக்ய பாரதி, தீனதயாள் ஆராய்ச்சி நிறுவகம்), வரலாற்றறிஞர்கள் (பாரதிய இதிகாஸ் சங்கலன் யோஜனாலயா), மொழி (சமஸ்கிருத பாரதி), சேரிவாசிகள் (சேவா பாரதி, இந்து சேவா பிரதிஷ்தான்), சுகாதாரம் (சுவாமி விவேகானந்தா மருத்துவ இயக்கம், தேசிய மருத்துவர் அமைப்பு), தொழுநோயாளிகள் (பாரதிய குஷ்ட நிவாரக் சங்), கூட்டுறவு நிறுவனங்கள் (சகர் பாரதி), செய்தித்தாள்கள், பிரசார வெளியீடுகள் (பாரத் பிரகாஷன், சுருச்சி பிரகாஷன், லோகித் பிரகாஷன், கியங்கங்கா பிரகாஷன், அர்ச்சன பிரகாஷன், பாரதிய விசார் சாதனா, சாதனா புஸ்தக், ஆகாஷ் வானி சாதனா), சாதி ஒருமைப்பாடு (சமாஜிக் சம்ரஸ்த மஞ்ச்), மதம், மதமாற்றம் (விவேகானந்த கேந்திரா, விஷ்வ இந்துப் பரிஷத், இந்து ஜாக்ரன் மஞ்ச், பஜ்ரங் தள்) என்று பட்டியல் நீண்டு செல்கிறது.

1986இல் பிரதமர் ராஜீவ் காந்தி ஆர்.எஸ்.எஸ். இயக்கத்துக்கு அருளிய கொடை: அயோத்தி. அது ராமரின் பிறப்பிடமென்று ஆர்.எஸ்.எஸ். வாதித்தது. அங்குச் சர்ச்சைக்குரிய பாபர் மசூதியின் பூட்டுகளைத் திறப்பதில் ராஜீவ் காந்தி உதவ முன்வந்தார். 1989 ஜூன் 11 அன்று கூடிய பா.ஜ.கவின் தேசிய நிர்வாகக் குழு அயோத்தியில் இருந்த மசூதியை இடித்துவிட்டு, கோயில் கட்டும் தீர்மானத்தை நிறைவேற்றியது. கூட்டம் முடிந்த கையோடு 'இத்தீர்மானம் தேர்தலில் வாக்குகளாக மாறும்' என்று எல்.கே. அத்வானி தெரிவித்தார். அடுத்த ஆண்டு தனது ரத யாத்திரையை அவர் மேற்கொண்டார். தனது அக்கினித் தேரில் அவர் நாடு முழுவதும் குறுக்கு மறுக்காகச் சென்று பாபர் மசூதி இடிக்கப்பட வேண்டுமென்று கோரிக்கை விடுத்து, கலகங்களை விளைவித்து, குருதிபாய வழிவகுத்தார். 1991ஆம் ஆண்டு நாடாளுமன்றத்தில் 122 இருக்கைகளைப் பா.ஜ.க. வென்றெடுத்தது. (1984இல் 2 இருக்கைகளையே அது வென்றிருந்தது.) அத்வானியின் நெறியாள்கையில் ஓங்கிய சன்னதம் 1992இல் உச்சமடையவே சூறைக் கும்பல் ஒன்றால் அந்த மசூதி இடித்து வீழ்த்தப்பட்டது. 1998ஆம் ஆண்டு பா.ஜ.க. மத்திய ஆட்சியில் அமர்ந்துகொண்டது.

பா.ஜ.க. ஆட்சியேற்று முதல்வேலையாக அணுவாயுதப் பரிசோதனைகளைத் தொடர்ச்சியாக மேற்கொண்டது. நாடு முழுவதும் பாசிசவாதிகள், கார்ப்பொரேட்டுகள், செல்வந்தர்கள், வறியவர்கள் ஒருசேர இந்தியாவின் இந்து அணுகுண்டைக் கொண்டாடினார்கள். இந்துத்துவம் என்பது குறுகிய கட்சி

அரசியலைக் கடந்து சென்றது. 2002இல் நரேந்திர மோடியின் அரசு குஜராத் இனப்படுகொலையைத் திட்டமிட்டு மேற் கொண்டது. இனப்படுகொலை நிகழ்ந்து ஒருசில மாதங்கள் கழித்து நடந்த தேர்தலில் அவர் அருதிப் பெரும்பான்மை யுடன் மீண்டும் ஆட்சியில் அமர்த்தப்பட்டார். இனப்படுகொலை புரிந்தவர்கள் அறவே தண்டனைக்கு உள்ளாகாமல் தப்பிக் கொள்ளும்படி அவர் பார்த்துக்கொண்டார். ஆம், குற்றவாளிக் கூண்டில் நிற்கும் சூத்திரதாரிகள் அல்ல, கீழ்மட்ட அடியாள்கள் ஒருசிலர் குற்றத்தீர்ப்புக்கு உள்ளானதுண்டு. தண்டனைக்கு உள்ளாகாமல் தப்புவதே இனப்படுகொலைக்கு இன்றியமை யாத முன்னிபந்தனை. அநேகரைக் கொன்றுதீர்த்தோரைத் தண்டனைக்கு உள்ளாக்காத மகத்தான மரபு கொண்டது இந்தியா. பக்கம் பக்கமாக அந்த விவரங்களை என்னால் இட்டுநிரப்ப முடியும்.

ஒரு ஜனநாயக நாட்டில் இனப்படுகொலை புரிந்த பின்னர் தண்டனைக்கு உள்ளாகாமல் தப்புவதற்கு 'அதிகார மையங் களை முறையாக அணுக வேண்டும்'. எல்லாமே வழிமுறைகள் தாம். பயங்கரவாதத் தடுப்புச் சட்டத்துக்கேற்ப இனப்படு கொலைக் குற்றச்சாட்டு 287 பேர்மீது சுமத்தப்பட்டு, பெயர் விவரம் பதியப்பட்டது. அவர்களுள் 286 பேர் முஸ்லிம்கள், ஒருவர் சீக்கியர். அவர்களுக்குப் பிணை இல்லை. ஆதலால் இன்னமும் அவர்கள் சிறையில்தான் இருக்கிறார்கள். படுகொலை கள் பலவற்றைக் குறித்து விசாரணை நடத்த குஜராத் அரசாங்கத் தால் நியமிக்கப்பட்ட அரசு வழக்கறிஞர்கள் ஏற்கெனவே குற்றஞ்சாட்டப்பட்டவர்களுக்காக வாதாடியவர்கள். அவர்களுள் பலர் ஆர்.எஸ்.எஸ். அல்லது வி.எச்.பி. உறுப்பினர்கள். அவர்கள் யாருக்காக வாதாட வேண்டியிருந்ததோ அவர்களை வெளிப்படையாக விரோதிப்பவர்கள். உயிர்தப்பிய சாட்சிகள் காவல்துறையிடம் முறையீடு தெரிவிக்கச் சென்றபோது, காவல் துறை அவர்களுடைய வாக்குமூலங்களைத் தவறாகப் பதிவு செய்தது அல்லது கொலையாளிகளின் பெயர்களைப் பதிவு செய்ய மறுத்தது. உயிர்தப்பியவர்கள் பலர் தங்கள் குடும்பத் தவர்கள் கொல்லப்படுவதை (உடல்கள் கண்டெடுக்கப்படாத வாறு உயிருடன் எரிக்கப்பட்டதை) கண்ணுற்றவர்கள். ஆனாலும் அதன்படி கொலைவழக்குப் பதிய, காவல்துறை மறுத்துவிட்டது.

ராஜ்கோட் தொகுதிக்கான தேர்தலில் மோடிக்கு எதிராகப் பிரசாரம்செய்த தவறை இழைத்த காங்கிரஸ் அரசியல்வாதி யும் கவிஞருமாகிய எச்சன் ஜாஃப்ரி (சக காங்கிரஸ் கட்சித் தொண்டர் ஒருவரின் தலைமையில் இயங்கிய ஒரு கும்பலால்)

பகிரங்கமாகப் படுகொலைசெய்யப்பட்டார். அந்தக் காட்டுமிராண்டித்தனத்தில் பங்குபெற்ற ஒருவனின் வாய்மொழி யில்: 'ஐந்து பேர் அவனைப் பிடித்துக்கொண்டார்கள். பிறகு யாரோ ஒருவன் அவனை வாளால் வெட்டினான் ... அவனுடைய கைகளை வெட்டினான், பிறகு கால்களை வெட்டி னான் ... பிறகு எஞ்சியவற்றை வெட்டினான் ... அவனைத் துண்டாடிய பிறகு, மரங்களைக் குவித்து, அவனைக் கிடத்தி நெருப்பு வைத்தார்கள் ... அவனை உயிருடன் எரித்தார்கள்.' அகமதாபாத் காவல்துறை ஆணையாளர் பி.சி. பாண்டே மனங்கனிந்து அந்த இடத்துக்குச் சென்று வந்தார். மோடி மறுபடியும் தேர்தலில் வென்ற பிறகு பாண்டே, குஜராத் காவல்துறையின் டி.ஜி.பிஆகப் பதவி உயர்வு பெற்றார். கொலைக் கும்பல் முழுவதும் வழக்கம்போல் நிலைகொண்டுள்ளது.

தில்லி உச்ச நீதிமன்றம் ஒருசில முறை உரத்து அச்சுறுத்தி யது. இறுதியில் அந்த விஷயத்தை அது கிடப்பில் போட்டது. காங்கிரசும் பொதுவுடைமைக் கட்சிகளும் பெருமளவு உரத்துக் கத்தின. ஆனால் அவற்றால் ஒன்றும் செய்யமுடியவில்லை.

அண்மையில் செய்தித் தொலைக்காட்சி நிலையம் ஒன்று *Tehelka*வின் ரகசிய நடவடிக்கையை முதன்மைநேரக் காட்சி யாக ஒளிபரப்பியது. இனப்படுகொலையைத் தாங்கள் திட்ட மிட்டு நிறைவேற்றிய விதத்தையும் மோடியும் முதுபெரும் அரசியல்வாதிகளும் அதில் நேர்முகமாகச் சம்பந்தப்பட்ட விதத்தையும் பாபு பஜ்ரங்கி மட்டுமன்றி ஏனைய கொலையாளி களும் அடுத்தடுத்து எடுத்துரைத்தார்கள். இவற்றுள் எதுவுமே புதிய தகவல் அல்ல. எனினும், கொலையாளிகள் தங்கள் குற்றங்களை ஒப்புக்கொண்டதுடன் நிற்காது, அவற்றைக் குறித்து வீராப்புடன் பேசுவதையும் தொலைக்காட்சியில் பார்க்க முடிந்தது. பெரும்பாலான பொதுமக்கள் அக்காட்சியைப் பார்த்துச் சீற்றம்கொள்ளவில்லை. எனினும் அது ஒளிபரப்பப் பட்ட நேரம் அவர்களுக்கு ஐயத்தை ஏற்படுத்தியது. தொலைக் காட்சியில் அம்பலமான தகவல், மோடி மறுபடியும் தேர்தலில் வெல்ல உதவும் என்று பலரும் நம்பினார்கள். மோடியே அந்த ரகசிய ஆள்மாறாட்ட நடவடிக்கையின் சூத்திரதாரி என்றுகூடச் சிலர் மிகவும் விசித்திரமான முறையில் நம்பி னார்கள். அப்புறம் மோடி மறுபடியும் தேர்தலில் வென்றே விட்டார். இம்முறை ஒருங்கிணைப்பு –வளர்ச்சிக்கு அறைகூவல் விடுத்து அவர் வெற்றிபெற்றார். இப்போதெல்லாம் அவர்மீது வாஞ்சைகொண்ட ஆதரவாளர்கள் ஆயிரக்கணக்கானோர் பிளாஸ்டிக்காலான மோடி முகமூடிகளை அணிந்து பா.ஜ.க.

பேரணிகளில் கொலைமுழக்கம் இடுகிறார்கள். பாசிச ஜனநாயகவாதி பத்துலட்சம் குட்டிப் பாசிசவாதிகளாக உருமாறியிருக்கிறார். இவையே ஜனநாயக இன்பங்கள். (நாஜி ஜெர்மனியில் ஹிட்லர்-முகமூடி அணிய யார் துணிந்திருப் பார்?) பா.ஜ.க. ஆட்சிக்கு உட்பட்ட ஒரிசா, சத்தீஷ்கர், ஜார்கண்ட், ராஜஸ்தான், மத்தியப் பிரதேசம், கர்நாடக மாநிலங்களில் 'குஜராத் திட்டத்தை'ச் செயல்படுத்துவதற்கான ஆயத்தங்கள் தற்போது வெவ்வேறு கட்டங்களில் உள்ளன.

இனப்படுகொலை புரிய வேண்டுமென்றால், ஒரு குழுவை நீண்ட காலத்துக்கு ஓரங்கட்ட வேண்டும்மென்கிறார் ஆர்மீனிய இனப்படுகொலையை ஆய்வுசெய்த அறிஞர் பீட்டர் பலக்கியன். இந்தப் பிரமாணம் இந்தியாவில் நன்கு கைக்கொள்ளப்பட் டுள்ளது. திட்டமிட்ட முறையில் இந்திய முஸ்லிம்கள் ஓரங்கட்டப்பட்டுள்ளார்கள். பல ஆண்டுகளாக, பல நூற்றாண்டு களாக உயர்சாதி இந்து சமூகத்தாலும் அதன் மறைநூல் களாலும் ஓரங்கட்டப்பட்டு, அடிமைகொள்ளப்பட்ட ஆதி வாசிகளின் நிலைக்கும் தலித்துகளின் நிலைக்கும் அவர்கள் தாழ்ந்துவிட்டார்கள். (உயர்சாதி இந்துக்கள் செய்யவிரும்பாத வேலைகளைச் செய்வதற்காக ஆதிவாசிகளும் தலித்களும் அடிமைகொள்ளப்பட்ட காலம் அது. தற்போதைய தொழில் நுட்பவியலின் விளைவாக அவர்களுடைய உழைப்பும் தேவை யற்றதாகி வருகிறது.) ஆர்.எஸ்.எஸ். அதன் பெரும் நிகழ்பாட்டின் ஓர் அங்கமாக தலித்களை முஸ்லிம்களுக்கு எதிராகவும் ஆதி வாசிகளை தலித்களுக்கு எதிராகவும் ஏவிவிடுகிறது.

ஒருங்கிணைப்புத் திட்டத்தையும் வெறுப்புக் கோட்பாட்டை யும் 'மக்கள்' முன்னெடுத்துச் செல்கையில், அதற்கு ஈடுகொடுத்து இந்தியாவின் வளர்ச்சித் திட்டம் முன்னகர்ந்து சென்றது. புதிய தனியார்மயமாக்க முறைமை புகுத்தப்பட்டது. பொருளா தாரக் கட்டுப்பாடுகள் தளர்த்தப்பட்டன. அவற்றின் விளைவாக நாட்டின் இயற்கை வளங்களும் அடிப்படைக் கட்டமைப்பு களும் தனியார் நிறுவனங்களுக்கு விற்கப்பட்டன. கற்பனைக்கும் எட்டாத செல்வம் கொழிக்கும் உயர்தர வர்க்கம் ஒன்றையும் புதிதாய் ஓங்கும் மத்தியதர வர்க்கம் ஒன்றையும் அது தோற்றுவித்துள்ளது. அவர்கள் புதிய முறைமையின் தீவிரப் பிரசங்கிகளாக மாறியது இயல்பான ஒன்றே.

தண்டனைபயமின்றி, உருட்டுப்புரட்டுடன் இடம்பெறும் மரபொன்று வளர்ச்சித் திட்டத்துக்கு உண்டு. செம்மையான பொறிமுறை கொண்ட ஒருமைப்பாட்டுத் திட்டம் ஏற்படுத்தும்

பயங்கரத்தைவிட இது ஏற்படுத்தும் பயங்கரம் குறைந்ததும் அல்ல. இதன் மத்தியில் அமைந்திருப்பது இந்தியாவிலேயே மிகவும் அதிகாரம் படைத்த அமைப்பாகிய உச்ச நீதிமன்றம். கார்ப்பொரேட் அதிகாரத்தின் தூணாக அது வேகமாய் ஓங்கி வருகிறது. அணைகள் கட்டுவதற்கும் ஆறுகளை இணைப் பதற்கும் தாறுமாறாகச் சுரங்கம் தோண்டுவதற்கும் காடுகளை யும் நீர்நிலைகளையும் அழிப்பதற்கும் அனுமதியளித்து உச்ச நீதிமன்றம் அடுத்தடுத்து உத்தரவு பிறப்பித்து வருகிறது. இவை அனைத்தையும் சேர்த்துச் சூழல் ஒழிப்பு என்று குறிப்பிடலாம் – இது இனப்படுகொலைக்கு ஒரு பீடிகையாகலாம். (நீதிமன்றத்தைக் கண்டிப்பது குற்றம். அதற்கான தண்டனை சிறைவாசம்.)

தாராளச் சந்தை காலம் என்பது இந்தியாவில் என்று மில்லாதவாறு மிகவும் வெற்றிகரமான ஒரு பிரிவினைப் போராட்டத்துக்கு வழிவகுத்துள்ளது – இது ஒரு நகைமுரணே. மத்தியதர வர்க்கமும் உயர்தர வர்க்கமும் தங்களுக்கே உரிய புலத்துக்கு பிரிந்துசெல்ல, தங்களை வெளியுலகத்துடன் இணைக்கும் புலத்துக்குப் பிரிந்துசெல்ல அது வழிவகுத்துள்ளது. எஞ்சிய இந்தியாவிலிருந்து ஒதுங்கி வலம்வரும் இந்த வான்புலம் முற்றிலும் தன் வயப்பட்ட, காற்றுபுகாது அடைக்கப்பட்ட பிரபஞ்சம். அதற்கே உரிய செய்தித்தாள்கள், திரைப்படங்கள், தொலைக்காட்சி நிகழ்ச்சிகள், ஒழுக்க நாடகங்கள், போக்கு வரத்துக் கட்டுக்கோப்புகள், பேரங்காடிகள், அறிவுஜீவிகள் உள்ளனர். இது எல்லாமே அவர்களுக்கு இன்பம் என்று நீங்கள் எண்ணக்கூடும். அப்படியல்ல. அவர்களுக்கே உரிய துன்பங்கள், சூழல் சர்ச்சைகள் (வாகன நிறுத்துமிடத்துப் பிரச்சினைகள், நகரங்களில் மாசுபட்ட காற்று), வர்க்கப் போராட்டங்கள் உள்ளன. எடுத்துக்காட்டாக சமத்துவத்துக் கான இளையோர் *(Youth for Equality)* எனப்படும் அமைப்பு இட ஒதுக்கீட்டுச் சர்ச்சைகளை (நலிந்தோர்க்குச் சார்பான நடவடிக்கையை) முன்னெடுத்து வருகிறது. இந்தியாவின் உயர்ந்த சாதிகளை நலித்துத் தாழ்த்தப்பட்ட சாதிகள் ஓரங்கட்டுவதாக அந்த அமைப்பு கருதுகிறது. இந்தியாவுக்கே சொந்தமான இத்தகைய மக்கள் இயக்கங்கள், மெழுகுவர்த்தி அஞ்சலிகள் (மதுவகத்தில் சுடப்பட்ட பதுமையாகிய ஜெசிக்காவுக்கு நீதி), *People's Car* (டாடா நிறுவனம் மேன்மக்களுக்கு தந்த வாகனம்) எல்லாம் இருக்கின்றன. அதற்கே சொந்தமான கனவுகள்கூடத் தொலைக்காட்சி விளம்பரங்களாக உருவெடுக்கின்றன. அவற்றில் *(Fair & Lovely Face Cream* பூசிய) இந்திய தலைமை நிர்வாக அதிகாரிகள் பன்னாட்டு நிறுவனங்களை வாங்குகிறார்கள்.

அவற்றுள் *East India Company* என்னும் கற்பனை நிறுவனமும் ஒன்று. (கைப்பற்றலின் இறுதிப் பரிசாகிய புணர்ச்சிக்கு விழை வோர் போல் தென்படும்) வெள்ளை மங்கையர் குழைந்து குழைந்து தலைமை நிர்வாக அதிகாரிகளைத் தங்களுடைய புத்தம்புதிய சொகுசு அலுவலகங்களுக்குள் அழைத்துச் செல் கிறார்கள். வெள்ளை ஆடவர்கள் புதிய மன்னர்களுக்கு வழி விடத் தயாராக நின்று கைதட்டுகிறார்கள். அதேவேளை, விளையாட்டு அரங்குகளில் மக்கள் (தங்கள் சட்டைப் பைகளில் கடன் அட்டைகளுடன்) திரள் திரளாக எழுந்து நின்று 'இந்தியா! இந்தியா!' என்று முழங்குகிறார்கள்.

ஆனாலும் ஒரு பிரச்சினை உண்டு: *lebensraum* (மண்ணாசை) என்றொரு பிரச்சினை. ஓர் அரசுக்கு மண்ணாசை அவசிய மாகிறது. வானளாவிய அரசு அதன் நிலப்பரப்பை எப்படி விரிவுபடுத்துவது? வான்புலக் குடிகள் பழைய நாட்டை நோக்கிப் பார்க்கிறார்கள். ஒரிசாவில் பாக்சைட் *(bauxite)* மலைகளின் மீதும், ஜார்கண்ட், சத்தீஷ்கர் மாநிலங்களில் இரும்புத்தாதுப் படிவுகளின் மீதும் ஆதிவாசிகள் அமர்ந்திருப் பதை அவர்கள் பார்க்கிறார்கள். வேதிப்பொருள் மையமாக விளங்க வேண்டிய முக்கிய நிலத்தில் நந்திக்கிராமவாசிகள் (முஸ்லிம்கள், தலித்கள்) அமர்ந்திருப்பதை அவர்கள் பார்க்கிறார் கள். ஆயிரக்கணக்கான ஏக்கர் பயிர் – பண்ணை நிலத்தைப் பார்த்து, இவை எங்கள் தொழில் – துறைகளுக்கான சிறப்புப் பொருளாதார மண்டலங்களாக விளங்க வேண்டியவை அல்லவா என்று நினைக்கிறார்கள். வளங்கொழிக்கும் சிங்கூர் வயல்களைப் பார்க்கும்போது, அவை *Tata Nano, People's Car* தொழிற்சாலையாக விளங்க வேண்டியவை என்று அவர்களுக்குத் தெரிகிறது. இது எங்கள் பாக்சைட், எங்கள் இரும்புத்தாது, எங்கள் யுரேனியம் என்று அவர்கள் நினைக்கிறார்கள். இந்த மக்கள் எங்கள் நிலங்களில் என்ன செய்கிறார்கள்? எங்கள் தண்ணீர் அவர்களின் ஆறுகளில் என்ன செய்கிறது? எங்கள் பலகை அவர்களுடைய மரங்களில் என்ன செய்கிறது?

இந்தியாவில் உள்ள காடுகள், கனிமவளம், ஆதிவாசிகள் வாழும் ஊர்கள் கொண்ட வரைபடத்தைப் பார்க்கும் யாருக்கும், அவை ஒன்றன்மேல் ஒன்றாக ஓர் அடுக்கில் அமைந்திருப்பது புலப்படும். எனவே யாரை நாம் ஏழைகள் என்று குறிப்பிடு கிறோமோ அவர்களே உண்மையில் செல்வந்தர்கள். எனினும் வான்புலக் குடிகள் நிலபுலங்களை நோட்டமிடும்போது, வேண்டப்படாத மக்கள் அரிய இயற்கைவளங்கள் மீது அமர்ந் திருப்பது தெரிகிறது. அத்தகைய மக்களை நாசிகள் 'வேண்டப்

படாத தின்னிகள்' என்னும் சொற்றொடரால் சுட்டிக்காட்டி னார்கள்.

வட அமெரிக்காவின் பழங்குடி மக்களாகிய செவ்விந்தியர் களுக்கும் அவர்களை அடிமைப்படுத்திய ஐரோப்பியர்களுக்கும் இடையே நிகழ்ந்த போராட்டத்தை உன்னிப்பாகக் கவனித்த பின்னர், மண்ணாசைக்கான போராட்டம் என்பது 'அழித்தொழிக்கும் போராட்டமே' என்றார் ஃப்ரைட்ரிக் ராட்ஸெல். அழித்தொழிப்பது என்பது மக்கள்திரளை ஒழித்துக்கட்டுவது என்று மட்டுமே பொருள்படும் என்பதற் கில்லை. அதாவது அழித்தொழிப்பது என்பது பொல்லால் அடித்து, நையப் புடைத்து, எரித்து, துப்பாக்கி முனையால் குத்தி, நச்சுவாயு பாய்ச்சி, குண்டுவீசி, துப்பாக்கியால் சுட்டு ஒழித்துக்கட்டுவது என்று மட்டுமே பொருள்படும் என்பதற் கில்லை. (சில வேளைகளில், குறிப்பாக அவர்கள் எதிர்த்துப் போராடும் வேளைகளில், பயங்கரவாதிகளாக மாறிவிடுவதால், அதற்கு விதிவிலக்கு உண்டு.) மக்களை அவர்களுடைய வீடுகளி லிருந்து விரட்டி, நெருக்கமாக அடைத்து, உணவோ தண்ணீரோ கிடைக்காதவாறு தடுப்பதே மிகத் திறமையான இனப்படு கொலை முறை ஆகும். அவ்வாறு வெளியே வன்முறை புலப்படாத சூழ்நிலையில் அவர்கள் சாரி சாரியாக மாண்டு போவார்கள். 'நாசிகள், யூதர்களின் கோட்டில் நட்சத்திரக் குறியிட்டு, அவர்களை "ஒதுக்குப்புலங்களில்" நெருக்கமாக அடைத்தார்கள். செவ்விந்தியர்களைப் போலவே தென் ஆப்பிரிக்க எரரோ இனத்தவர்கள், காட்டுவாசிகள், அமெந்தபெலெ இனத்தவர்கள், பிற நட்சத்திரக்குறி பொறித்த மக்கள் அனைவரும் நெருக்கமாக அடைக்கப்பட்டார்கள். அப்புறம் ஒதுக்குப்புலங்களுக்கு உணவு கிடைக்காதவாறு தடுக்கப்பட்டதும் அவர்கள் தாங்களாகவே மாண்டுபோனார் கள்' என்று எழுதுகிறார் ஸ்வென் லிண்ட்டுஸ்ட்.

1876 முதல் 1902 வரையான காலப்பகுதியில் ஆங்கிலேயர் இந்தியாவிலிருந்து உணவுப் பொருட்களையும் மூலப்பொருட் களையும் ஏற்றுமதிசெய்த அதே வேளையில் 1 கோடியே 22 லட்சம் முதல் 2 கோடியே 93 லட்சம் வரையான மக்கள் பட்டினியால் மடிந்தார்கள். அமர்த்தியா சென் கூறுவது போல், ஒரு ஜனநாயக நாட்டில் பஞ்சம் ஏற்பட வாய்ப்பில்லை அல்லவா? ஆதலால் சீனாவில் மாபெரும் பஞ்சம் ஏற்பட, அதற்குப் பதிலாக இந்தியாவில் ஏற்பட்டது மாபெரும் ஊட்டக் குறை மட்டுமே! (உலகின் ஊட்டம் குறைந்த பிள்ளைகளுள் மூன்றிலொரு பங்கிற்கும் மேற்பட்டோர் இந்தியாவில் உள்ளனர்!)

சீனாவைத் தவிர்த்து, இன்று உள்நாட்டில் இடம்பெயர்ந்த மக்களின் தொகை உலகிலேயே இந்தியாவில் தான் அதிகம். அணைகளால் மட்டும் 3 கோடிக்கு மேற்பட்டோர் இடம் பெயர்க்கப்பட்டுள்ளார்கள். நீதிமன்ற ஆணைகள் கொண்டு அல்லது காவல்துறையினரால், அரச கட்டுப்பாட்டில் இயங்கும் துணைப்படைகளால், கார்ப்பொரேட் குண்டர்களால் துப்பாக்கி முனையில் மக்கள் இடம்பெயர்க்கப்பட்டு வருகிறார்கள். (நந்திக் கிராமத்தில் இடது கம்யூனிஸ்ட் கட்சிக்குக்கூடச் சொந்தமாகத் துணைப்படை உண்டு.) இடம் பெயர்க்கப்பட்ட மக்கள் வாடகைக் கூடங்களிலும் முகாம்களிலும் மீள்குடியேற்றங் களிலும் உழைப்பு பிழைப்பின்றி, வறுமைக்குள் சுற்றிச்சுழன்று வாழ்கிறார்கள்.

சத்தீஷ்கர் மாநிலத்து இரும்புத்தாது வளத்தில் கார்ப்பொரேட்டுகள் கண் வைத்துள்ளன. இங்கு வேறோர் உத்தி பயன்படுத்தப்படுகிறது. மாவோயிசக் கிளர்ச்சியாளர் களுடன் போராடும் சாக்கில் நூற்றுக்கணக்கான கிராமவாசி கள் பலவந்தமாக வெளியேற்றப்பட்டுள்ளார்கள். ஏறத்தாழ 40,000 பேர் காவல்துறையின் முகாம்களுக்கு நகர்த்தப்பட் டுள்ளார்கள். அவர்களுள் சிலருக்கு அரசாங்கம் ஆயுதம் வழங்கிவருகிறது. சல்வா ஜுடும் எனப்படும் துணைப்படையை அது தோற்றுவித்துள்ளது. அது மாவோயிச விரோத 'மக்கள்' துணைப்படை என்று கொள்ளப்படுகிறது. மாநில அரசாங்கம் அதற்கு நிதியுதவி அளித்து வருகிறது. சத்தீஷ்கரில் ஏழைகளுடன் ஏழைகள் மோதுவதால் ஓர் உள்நாட்டுப் போர் மூளும் சூழ்நிலை யில், அங்கு இரும்புத்தாது அகழ்ந்தெடுக்கும் உரிமைகளுக்காக டாடா நிறுவனமும் எஸ்ஸர் நிறுவனமும் சந்தடியின்றிப் பேச்சுவார்த்தை நடத்திவருகின்றன. (டாடா நிறுவனமும் அரசாங்கமும் புரிந்துணர்வு உடன்பாட்டில் ஒப்பமிட்டதற்கு அடுத்த நாள்தான் சல்வா ஜுடும் பற்றிய செய்தி அறிவிக்கப் பட்டது. எனினும் இவை இரண்டுக்கும் இடையே உள்ள தொடர்பை நம்மால் நிரூபிக்க முடியுமா? நம் கனவிலும் அது முடியாது).

தற்போது சந்தையில் புழங்கும் 'புதிய இந்தியா'வில் மேற்படி நிகழ்வுகள் பற்றிய விவரங்கள் வெளிவருவது மிகவும் குறைவு. ஒருவித மறுப்பே அதில் முன்வைக்கப்படுகிறது. ராபர்ட் ஜே. லிஃப்டன் *(Robert J. Lifton)* தெரிவிப்பது போல் ஒரு 'போலி உலகு' படைக்கப்படுகிறது. அதில் வியப்புக்கிடமில்லை. அந்த உலகில் ஒட்டு மொத்தமான பயங்கரங்கள், தப்புச்செய்யும் தனியாட்களின் தற்காலிகத் தவறுகளாக மாற்றப்படுகின்றன.

மெய்யுலகிற்குப் பதிலாக மிகவும் 'சமப்படுத்திய' இன்புலகே அங்கு முன்வைக்கப்படுகிறது. இது ஒரு போலிச் சமநிலை ஆகும். இதில் ஒருங்கிணைப்பும் வளர்ச்சியும் ஒன்றுக்கொன்று எதிராகத் திருப்பிவிடப்படுகின்றன. உணவுச்சங்கிலியின் உச்சத்தில் உள்ளவர்களே, அதாவது இருப்பு நிலையை மாற்ற வேண்டிய தேவை யாருக்கு இல்லையோ அவர்களே, 'போலி உலகை'ப் பெரிதும் உருவாக்குபவர்கள். எல்லைக்காவல் புரிந்து, சீற்றம் தணித்து, கோபத்தை நியாய மற்றதாக்கி, சட்ட விரோதமாக்கி, பேச்சுவார்த்தை நடத்திப் போர்நிறுத்தம் மேற்கொள்வது அவர்களுக்கு இடப்பட்ட பணி.

நரேந்திர மோடி பற்றிய கேள்வி ஒன்றுக்கு (பல லட்சக் கணக்கான ரசிகர்களின் இதயக்கனியாக விளங்கும் பாலிவூட் சூப்பர் ஸ்டார்) ஷாருக் கானின் பதிலை எண்ணிப் பாருங்கள்: 'அவரை எனக்கு நேர்முகமாகத் தெரியாது. அவரைப் பற்றி எனக்கு ஓர் அபிப்பிராயமும் கிடையாது. அவர்கள் தனிப்பட்ட முறையில் என்னிடம் மோசமாக நடந்துகொண்டதில்லை.' முற்போக்கு வரலாற்றறிஞரும் புதிய இந்தியா திட்டத்தின் நிறுவனர்குழு உறுப்பினருமாகிய ராமச்சந்திர குஹா *India after Gandhi: The History of the World's Largest Democracy* என்னும் தனது புதிய நூலில், 2002ஆம் ஆண்டு இனப்படுகொலை நிகழ்ந்தபோது குஜராத் மாநிலத்திலும் மத்தியிலும் ஆட்சிபுரிந்த பா.ஜ.க. அரசை பாசிச அரசு என்று குறிப்பிடுவது 'அதன் அதிகாரவலுவைக் கூட்டிமதிப்பிடுவதாகவும், இந்திய மக்களின் ஜனநாயக மரபுகளைக் குறைத்து மதிப்பிடுவதாகவும் அமையும்' என்று தெரிவிக்கிறார். தனது கருத்துக்கு ஆதாரமாக, மத்தியில் ஆட்சிபுரிந்த பா.ஜ.க. கூட்டணி 2004ஆம் ஆண்டு பொதுத் தேர்தலில் ஆட்சி இழந்ததை அவர் நமக்கு நினைவுபடுத்துகிறார். 'கடைசியாக எப்போது ஒரு 'பாசிச' அரசாங்கம் ஆட்சியை இழந்து முறைப்படி அதிகாரம் கைமாறியது?' என்று அவர் வினவுகிறார். குஜராத்தில் இனப்படுகொலை (குஜராத் இனப் படுகொலையை அவர் 'குஜராத் கலவரம்' என்று குறிப்பிடுகிறார்) நிகழ்ந்த கையோடு நடந்த தேர்தலில் நரேந்திர மோடி இரண்டாம் முறையாகவும், பின்னர் 5 ஆண்டுகள் கழித்து நடந்த தேர்தலில் மூன்றாம் முறையாகவும் ஆட்சியைப் பிடித்ததைக் குறிப்பிடாமல் அவர் தவிர்த்துவிட்டார். இதுவரை குஜராத்தில் 'முறைபடியோ'வோ அல்லாமலோ ஆட்சியதிகாரம் கைமாறவில்லை.

'மதச்சார்பற்ற' தேசிய ஊடகங்களின் பதிப்பாசிரியர்களுக்கும் கருத்துரையாளர்களுக்கும் குஜராத் இனப்படுகொலையால் ஏற்பட்ட சீற்றம் தணிந்துவிட்டது. மோடியின் நிர்வாகத்

திறன்களை அவர்கள் தற்போது பாராட்டி வருகிறார்கள். மோடியின் நிர்வாகத் திறமை அவர்களுள் அநேகருக்கு உவப்பானது. 'மோடி ஒரு படுகொலையாளராக இருக்கலாம். ஆயினும் அவர் நம்மவர்' என்று *Hindustan Times* ஆசிரியர் குறிப்பிட்டுள்ளார். பிறகு 'நல்ல' முதலமைச்சராக விளங்கும் படுகொலையாளரை மதிப்பிடுவதில் தனக்கு நேரும் சங்கடங்களை அவர் எடுத்துரைக்கிறார்.

இந்தப் 'போலி' இந்தியாவில், பண்பாட்டு அரங்கு, புதிய பாலிவுட் திரைப்படத் துறை, இந்திய – ஆங்கில இலக்கியம் ஆகியவற்றில் பெரும்பாலும் வறியோர்க்கு இடம் கிடைப்பதில்லை. ஏற்கெனவே அவர்கள் அவற்றிலிருந்து விலக்கப்பட்டுவிட்டார்கள். (அரசு சாரா அமைப்புகள் வழங்கும் கொஞ்ச நஞ்சக் கடன்கள், வளர்ச்சித் திட்டங்கள், கொடைகள் மூலம் நன்மை அடைந்து முறுவலிக்கும் வேளைகளில் மாத்திரமே அவர்கள் அங்குத் தோன்றி மறைவதுண்டு.)

கடந்த கோடை காலப்பகுதியில் ஒரு குளு குளு அரங்கில் நான் நுழைய நேர்ந்தது. நிமிர்த்திய கூந்தலும் பளபளப்பான சருமமும் கொண்ட நான்கு இளம் அழகிகள் தத்தம் நாய்க்குட்டிகளை ஒருவருக்கொருவர் அறிமுகப்படுத்தியபடி உலாவிக் கொண்டிருந்தார்கள். அவர்களுள் ஒருத்தி என்னைத் திரும்பிப் பார்த்து இப்படிச் சொன்னாள்: 'எனது குடும்பத்துடன் நான் விடுமுறையில் இருந்தவேளையில் அணைகள் போன்ற விஷயங்கள் பற்றி நீங்கள் எழுதிய பழைய கட்டுரை ஒன்றைக் கண்டேன். இந்த தலித்கள், ஆதிவாசிகள் இன்னலுக்கு உள்ளாவது, இடம் பெயர்க்கப்படுவது பற்றி எல்லாம் உனக்குத் தெரியுமா என்று என் சகோதரனிடம் கேட்டேன் . . . அவர்களுடைய வீடுகளிலிருந்து விரட்டியடிக்கப்படுவது போன்ற விஷயங்கள் பற்றித் தெரியுமா என்று அவனிடம் கேட்டேன். என் சகோதரன் ஒரு முட்டாள் என்பது தெரிந்ததுதான். அவன் அவர்கள்தான் இந்தியாவை இழுத்துப் பிடிக்கிறார்கள், அவர்களைத் தீர்த்துக் கட்ட வேண்டுமென்று சொன்னான். அவன் அப்படித்தான் சொன்னான் என்பதை உங்களால் கற்பனை செய்ய முடிகிறதா?'

என்னால் எண்ணிப்பார்க்க முடிந்தது, முடிகிறது. அது தானே பிரச்சினை!

அவை இனிய நாய்க்குட்டிகள். நாய்கள் என்றாவது ஒன்றை ஒன்று தீர்த்துக்கட்ட எண்ணுமோ என்று நான் ஏங்கினேன். அவை அத்துணை முற்போக்கானவை இல்லை போலும்.

அன்று மாலை தொலைக்காட்சியில் (பல லட்சக்கணக்கான ரசிகர்களின் இதயத்துடிப்பாக விளங்கும் மற்றொரு பாலிவூட் சூப்பர்ஸ்டார்) அமிதாப் பச்சன் *Times of India*வின் '*India Poised*' விளம்பரத்தில் தோன்றுவதைப் பார்த்தேன். அந்த விளம்பரத்தை அறிமுகப்படுத்திய தொலைக்காட்சி நிலைய ஊடகர், 'கடந்தகால முடைகளிலிருந்து விடுபட உந்தும் விளம்பரம்' என்று தெரிவித்தார். அவநம்பிக்கையுணர்வை விடுத்து நன்னம்பிக்கையுணர்வை நாடுவது பற்றிய விளம்பரம்! தனது புகழ்பெற்ற வீரார்ந்த குரலில் அமிதாப் பச்சன் இப்படிச் சொன்னார்:

> இந்த நாட்டில் இரண்டு இந்தியாக்கள் இருக்கின்றன. ஒரு இந்தியா கட்டவிழ்த்து, முன்னேறிப் பாய்ந்து, அண்மையில் உலகம் நம்மீது சொரிந்த பதக்கங்கள் அனைத்தையும் ஏந்த முண்டியடிக்கிறது. மற்றைய இந்தியா கட்டுண்டிருக்கிறது.
>
> 'எனக்கொரு வாய்ப்புத் தா. நான் சாதித்துக் காட்டுகிறேன்' என்கிறது ஒரு இந்தியா. 'நீ முதலில் சாதித்துக் காட்டு. ஒருவேளை அதற்குப் பிறகு உனக்கு வாய்ப்புக் கிடைக்கக் கூடும்' என்கிறது மறு இந்தியா.
>
> ஒரு இந்தியா நமது இதய நன்னம்பிக்கையுணர்வில் வாழ்கிறது. மறு இந்தியா நமது உள்ளத்து ஐயுறவில் பதுங்கியிருக்கிறது. ஒரு இந்தியா வேண்டுகிறது. மறு இந்தியாவுக்கு வேட்கை உண்டு.
>
> ஒரு இந்தியா இட்டுச்செல்கிறது. மறு இந்தியா பின்தொடர்கிறது.
>
> இந்த உருமாற்றங்கள் மேலோங்கி வருகின்றன. நாள்தோறும் மறு இந்தியாவிலிருந்து மக்கள் மென்மேலும் இந்தப் பக்கத்துக்கு மாறி வந்துகொண்டிருக்கிறார்கள். உலகம் பார்க்காத வேளைகளில் புதிய இந்தியா சந்தடியின்றித் துடிப்பும் உத்வேகமும் கொண்டு மேலோங்கி வருகிறது.
>
> இறுதியில் அவர் கூறினார்:
>
> நாம் 60 ஆண்டுகளாக, சுதந்திர தேசமாகப் பீடுநடை போட்டு, காலத்தின் விளிம்பை வந்தடைந்துள்ளோம். நமது பிடரிக்குப் பின்னே மெலிந்த குரலுடன் ஒரு இந்தியா பள்ளத்தாக்கின் அடியைப் பார்த்து தயங்கி நிற்கிறது.

மறு இந்தியா வானத்தை அண்ணாந்து பார்த்து, 'பறக்குந் தருணம் வந்துவிட்டது' என்று கூவுகிறது.

போலி உலகு இங்கு அம்பலமாகிறது. செல்வந்தர்களுக்கு வேறு தெரிவு கிடையாது (மாற்றுவழி இல்லை), ஆனால் ஏழைகளுக்கு வேறு தெரிவு உண்டு என்று இங்குச் சொல்லப் படுகிறது. அதாவது ஏழைகள் விரும்பினால் செல்வந்தர்களாக மாறலாம். அவர்கள் மாறவில்லை என்றால், காரணம் அவர்கள் நன்னம்பிக்கையுணர்வை விடுத்து அவநம்பிக்கையுணர்வை நாடுகிறார்கள், தன்னம்பிக்கையை விடுத்துத் தயக்கத்தை நாடு கிறார்கள், வேட்கையை விடுத்து தேவையை நாடுகிறார்கள், அதாவது ஏழைகள் ஏழ்மையை நாடுகிறார்கள் என்பதே அதற்கான காரணம். அது அவர்களுடைய தவறு. அவர்கள் பலவீனமானவர்கள். (மண்ணாசை கொண்டோர், பலவீன மானவர்கள் பற்றி என்ன நினைக்கிறார்கள் என்பது நமக்குத் தெரியும்.) அவர்களைக் 'கடந்தகால முடைகள் என்னும் பேய்கள்' என்று நினைக்கிறார்கள் என்பது தெரியும். 'இத்தகைய போலி உலகினுள் இனப்படுகொலை என்பது எளிதாகவும், இயல்பாகவும் கைகூடுகிறது' என்கிறார் ராபர்ட் ஜே. லிஃப்டன்.

ஏழைகளுக்கு, ஏழைகள் எனப்படுவோருக்கு, ஒரேயொரு மாற்றுத்தெரிவே உண்டு: எதிர்த்து நிற்பது, அல்லது அடங்கி ஒடுங்குவது. பச்சன் சொல்வது சரி: உலகம் பார்க்காத வேளை களில் அவர்கள் சந்தடியின்றிப் பக்கம் மாறிக்கொண்டிருக்கிறார் கள். அவர் நினைக்கும் பக்கத்துக்கல்ல, பள்ளத்தாக்கைக் கடந்து இன்னொரு பக்கத்துக்கு மாறிக்கொண்டிருக்கிறார்கள். ஆயுதம் ஏந்திப் போராடும் பக்கத்துக்கு மாறிக்கொண்டிருக்கிறார்கள். அந்தப் பக்கத்திலிருந்து வளர்ச்சியின் சக்கரவர்த்திகளைத் திரும்பிப் பார்த்து, இவர்களின் 'வேறு மாற்றுவழி இல்லை' என்னும் அவல அறைகூவலை நையாண்டிசெய்கிறார்கள்.

நீதிமன்ற வழக்குகள், உண்ணா நோன்புகள், எதிர் உண்ணா நோன்புகள் போன்ற சகதிகளில் மகத்தான காந்திய மக்கள் இயக்கங்கள் தாழ்த்தப்பட்டு, இழிவுபடுத்தப்பட்டு, தள்ளாடி வருவதை அவர்கள் அவதானித்துள்ளார்கள். அமெரிக்கச் செவ்விந்தியர்கள், ஆப்பிரிக்க அடிமைகள், தஸ்மேனியர்கள், எரெரோ இனத்தவர்கள், ஆர்மீனியர்கள், ஜெர்மானிய யூதர்கள், குஜராத் மாநிலத்து முஸ்லிம்கள் ஆகிய அனைவருக்கும் காந்தி என்ன புத்திமதி கூறியிருப்பார் என்று பல லட்சக்கணக்கான 'கடந்தகால முடைகள் என்னும் பேய்கள்' ஏங்கக்கூடும். தாங்கள்

ஏற்கெனவே பட்டினி கிடக்கும் நிலையில் எவ்வாறு உண்ணா நோன்பு காப்பது என்று அவர்கள் ஏங்கக்கூடும். எந்தப் பொருளை யுமே வாங்க வக்கற்றவர்கள் வெளிநாட்டுப் பொருட்களைப் புறக்கணிப்பது எங்ஙனம்? வருமானமற்றவர்கள் வரிசெலுத்த மறுப்பது எங்ஙனம்?

ஆயுதம் ஏந்தியோர், தாங்கள் ஆயுதம் ஏந்த எடுத்த முடிவின் விளைவுகள் எப்படி இருக்கும் என்பதை முற்றிலும் அறிந்த நிலையிலேயே ஆயுதம் ஏந்தியுள்ளனர். தம் கையே தமக்குதவி என்பதை அறிந்த நிலையிலேயே அவர்கள் ஆயுதம் ஏந்தியுள்ள னர். நாட்டின் புதிய சட்டங்கள் ஏழைகளைக் குற்றவாளிகளாக இனங்காண்பவை, அவர்களின் எதிர்ப்பைப் பயங்கரவாதம் என்று திரிப்பவை என்பது அவர்களுக்குத் தெரியும். மனசாட்சி, முற்போக்கு ஒழுக்கம், பரிவுடன்கூடிய ஊடக பிரசித்தம் என்பவற்றை நாடி வேண்டுகோள் விடுப்பதால் தமக்கு இப்போது பயன் கிடைக்கப் போவதில்லை என்பது அவர்களுக்குத் தெரியும். துப்பாக்கி ரவைகள் பறந்துவரும்போது சர்வதேச ஆர்ப்பாட்ட அணிவகுப்புகளோ உலகளாவிய மாற்றுக்கருத்து இயக்கங்களோ புகழ்பெற்ற எழுத்தாளர்களோ தங்களைக் காப்பாற்றப்போவ தில்லை என்பது அவர்களுக்குத் தெரியும். பல்லாயிரக்கணக் கானோர் இந்திய ஜனநாயக அமைப்புகள்மீது நம்பிக்கை இழந்துவிட்டார்கள். நாட்டின் பெருநிலப்பரப்புகள் (கடைசியாக எடுத்த கணிப்பின்படி நாட்டின் 25 சதவீத நிலப்பரப்புகள்) அரச கட்டுப்பாட்டிலிருந்து அகன்று சென்றுவிட்டன. இது மரண நெடி சூழும் சமர். இது கண்ணுக்கினியதல்ல. தலைவர் மாவோவின் ஆவியே 'முடைகள் என்னும் பேய்களின்' மீட்பராக விளங்கினால் எப்படி இருக்கும்? (அவர் யார் என்பதோ, அவர் என்ன செய்தார் என்பதோ காலாட்படையினருள் பலருக்குத் தெரியாது என்பதில் ஒரு நம்பிக்கைக் கீற்று பிறக்கிறது. மீண்டும் இனப்படுகொலை மறுக்கப்படுமா? ஒருவேளை மறுக்கப் படலாம்.) அவர்கள் ஒரு சிறந்த உலகை நாடிப் போராடும் குறிக்கோளர்களா? எவ்வாறாயினும், அழித்தொழிப்பதைவிட எதுவுமே சிறந்ததுதான்.

உள்நாட்டுப் பாதுகாப்புக்குத் 'தனிப்பெரும் ஆபத்தாக விளங்குவது' மாவோயிச எதிரியக்கமே என்று பிரதமர் முழக்க மிட்டுள்ளார். பரபரப்படைந்த ஊடகங்கள் மூச்சுவிடாது மாவோயிசவாதிகளைக் கண்டித்துவருகின்றன. அவர்களுக் கெதிராக நாட்டின் பாதுகாப்புப் படையை ஈடுபடுத்த வேண்டு மென்றும் வேண்டுகோள் விடுக்கப்பட்டுள்ளது.

செய்தித்தாள் பத்திக்கு ஓர் எடுத்துக்காட்டு இதோ. இதில் வழக்கத்திற்கு மாறாக எதுவுமில்லை. இதன் தலைப்பு: 'நக்சல்பாரி களை ஒழித்துக்கட்டுக':

அரசாங்கம் இப்போது தான் நக்சலிஸத்தை எதிர்கொள்ளும் தேவையைப் புரிந்துகொண்டுள்ளதாகத் தெரிகிறது.

நக்சல் 'நச்சுக்கிருமியை' ஒழிக்க உறுதிபூண்ட வலுவுடன் அதன் அடிக்கட்டமைப்பைத் 'திணறடித்து' அதன் நடவடிக்கை களை 'முடக்கும்படி' ஒருசில கிழமைகளுக்கு முன்னர் பிரதமர் மன்மோகன் சிங் மாநில அரசுகளிடம் கேட்டுக்கொண்டார். வளர்ச்சிக்காக வீண்செலவு செய்வதை விடுத்து, சட்டத்தை நிலைநாட்டி நக்சலிஸத்தை ஒடுக்குவதிலேயே தற்போது கவனம் செலுத்தப்படுகிறது என்பதையே இது உணர்த்துகிறது.

'திணறடி', 'முடக்கு', 'நச்சுக்கிருமி', 'கிருமிபீடிப்பு', 'ஒழித்துக் கட்டு', 'தீர்த்துக்கட்டு'. ஆம். அழித்தொழிக்கும் எண்ணமே மேலோங்கியுள்ளது.

அழித்தொழிக்கப்படும் ஆபத்தை எதிர்நோக்கியுள்ள மக்கள் அவசியமான வழிவகை எதையும் பயன்படுத்தி எதிர்த்துப் போராடும் உரிமை தமக்கு உண்டு என்றே நம்புகிறார்கள்.

வெட்டுக்கிளிகளின் இரைச்சலை அவர்கள் செவிமடுத் திருக்கக்கூடும்.

ஜனவரி 18, 2008 இஸ்தான்புலில் ஹிராண்ட் டிங்கின் படுகொலையின் முதலாண்டு நிறைவு நிகழ்வில் ஆற்றிய உரை. அவர் துருக்கிய ஆர்மேனிய இதழான *அகோஸின்* ஆசிரியர். இந்த உரை பெப்ரவரி 4, 2008 *அவுட்லுக்* இதழிலும் இண்டர்நேஷனல் சோஷியலிஸ்ட் ரிவியூ இதழ் எண் 58, மார்ச்-ஏப்ரல் 2008 இதழிலும் வெளிவந்தது.

ஒன்பது அல்ல பதினொன்று

[நவம்பர் அல்ல செப்டெம்பர்]

நமது சொந்தத் துயரங்களுக்கான உரிமையைக் கூட நாம் இழந்து நிற்கிறோம். மும்பைப் படுகொலை நடைபெற்ற அப்பயங்கர நாட்களில் நாம் 'இந்தியா வின் 9/11ஐ'ப் பார்த்துக்கொண்டிருப்பதாக நமது 24 மணிநேரச் செய்தித் தொலைக்காட்சி ஊடகங் கள் நம்மிடம் தெரிவித்தன. பழைய ஹாலிவூட் திரைப்படத்தைத் தழுவி எடுக்கப்பட்ட பாலிவூட் படத்தில் வரும் நடிகர்கள் போல் நமது பாத்திரங் களை நாம் ஏற்று நடித்து, நமக்குரிய வசனங்களை – ஏற்கனவே அவை எல்லாமே சொல்லப்பட்டவை யாகவும் நிகழ்த்தப்பட்டவையாகவே இருந்தாலும் – நாம் சொல்ல வேண்டுமென்று எதிர்பார்க்கப் படுகிறது.

மும்பைப் பகுதியில் பதற்றம் ஓங்கி வருகையில் மும்பைத் தாக்குதலில் சம்பந்தப்பட்ட 'தீயோரை'க் கைதுசெய்ய பாகிஸ்தான் விரைந்து நடவடிக்கை எடுக்காவிட்டால், பாகிஸ்தானில் இருக்கும் 'பயங்கரவாதிகளின் முகாம்கள்' மீது இந்தியா வான்தாக்குதல் தொடுக்குமென்று தனக்குத் தனிப் பட்ட முறையில் தகவல் கிடைத்திருக்கிறது என்றும், மும்பை 'இந்தியாவின் 9/11' என்றபடியால், அத்தகைய வான்தாக்குதல் விஷயத்தில் அமெரிக்காவால் எதுவுமே செய்ய முடியாது என்றும் அமெரிக்க செனட்டர் ஜான் மெகெயின் பாகிஸ்தானை எச்சரித்துள்ளார்.

எனினும் நவம்பர் மாதம், செப்டம்பர் மாதம் அல்ல; 2008ஆம் ஆண்டு 2001ஆம் ஆண்டு அல்ல; பாகிஸ்தான், ஆஃப்கானிஸ்தானும் அல்ல; இந்தியா, அமெரிக்காவும் அல்ல. எனவே நமது மும்பைத் துயரத்தை நாமே மீட்டெடுத்து, நமது சொந்த மூளையையும் உடைந்த இதயத்தையும் பயன் படுத்தி, எச்சமிச்சங்களைப் பொறுக்கியெடுத்து, நமது சொந்த முடிவுகளை நாமே எடுக்க வேண்டும்.

காஷ்மீரில், நவம்பர் மாத இறுதி வாரத்தில், இந்தியப் படையினரின் கண்காணிப்பில், ஆயிரக்கணக்கான மக்கள் தங்கள் வாக்குகளை அளிக்க வரிசையில் சென்ற அதே வேளை யில், இந்தியாவிலேயே மிகவும் செல்வங்கொழிக்கும் மும்பை யின் ஆகப் பகட்டான பகுதி, காஷ்மீரில் நிகழ்ந்த போராட்டத் தால் மிகவும் தாக்குண்ட மாவட்டங்களில் ஒன்றாகிய குப்வாரா போல் மாறியது.

இந்த ஆண்டு இந்திய நகரங்களிலும் மாநகரங்களிலும் பயங்கரவாதிகள் தொடர்ச்சியாக நிகழ்த்திய தாக்குதல்களுள் மிகச் சமீபத்தியது மும்பைத் தாக்குதல். அஹமதாபாத், பெங்களூரு, தில்லி, கௌஹாத்தி, ஜெய்ப்பூர், மலேகான் ஆகிய இடங்களில் எல்லாம் குண்டுகள் வெடித்து, நூற்றுக் கணக்கான பாமர மக்கள் கொல்லப்பட்டுள்ளார்கள், காயப் பட்டுள்ளார்கள். ஏற்கெனவே இடம்பெற்ற இத்தாக்குதல்களில் சந்தேகத்தின் பேரில் கைதுசெய்யப்பட்ட இந்துக்கள், முஸ்லிம் கள் அனைவரும் இந்தியரே என்று காவல்துறை கூறுவது சரியென்றால், இந்த நாட்டில் ஏதோ ஒன்று படுமோசமான முறையில் சீரழிந்துகொண்டிருக்கிறது என்பதே அர்த்தம்.

நீங்கள் தொலைக்காட்சி பார்த்திருந்தால், மும்பையில் பாமர மக்களும் உயிரிழந்தார்கள் என்பதை நீங்கள் அறியாமல் இருந்திருக்கலாம். நெரிசல்மிகுந்த ஒரு ரயில் நிலையத்திலும், ஓர் அரசாங்க மருத்துவமனையிலும் சாதாரண மக்கள் கொல்லப் பட்டார்கள். வறியவர்கள், செல்வந்தர்கள் என்றெல்லாம் பயங்கரவாதிகள் பாகுபடுத்தவில்லை. ஒரே ரத்த வெறியுடன் இரு தரப்பினரையும் அவர்கள் கொன்றார்கள். எனினும் இந்திய ஊடகங்களோ 'ஒளிவீசும் இந்தியாவின்' கோட்டையை உடைத்து – வியத்தகு ஆடம்பர விடுதிகள் இரண்டின் சலவைக் கல் பதித்த வாயிற்கூடங்களிலும் பளிங்குத்தகடு பதித்த ஆடற் கூடங்களிலும் சிறிய யூத நிலையம் ஒன்றிலும் – நெடிபரப்பிய பயங்கரத்தைக் கண்டே மலைத்து நின்றன.

இவ்விடுதிகளுள் ஒன்று மும்பை மாநகரத்தின் சின்னம் என்று நம்மிடம் தெரிவிக்கப்படுகிறது. அது முற்றிலும் உண்மையே. சாதாரண இந்தியர்கள் அன்றாடம் சகித்துக்கொள்ளும் அநீதி யின் சின்னம் அது – தங்குதடையின்றி கேவலமான முறையில் இழைக்கப்படும் அநீதியின் சின்னம். தாங்கள் தங்கியிருந்த அந்த விடுதியின் அறைகள் பற்றி, நேசித்த அதன் உணவகங்கள் பற்றி (அவற்றுள் ஒன்று கண்டஹார் எனப்பட்டமை ஒரு முரண்சுவை), தங்களுக்கு உணவு பரிமாறிய பணியாளர்கள் பற்றி எல்லாம் அழகானவர்கள் உளமுருகி அளித்த இரங்கலுரை கள் நிறைந்த செய்தித்தாள்கள் வெளிவந்த நாள் ஒன்றில், ஒரு தேசியச் செய்தித்தாளின் உட்பக்கங்களில், இடதுபக்க மேல் மூலையில் காணப்பட்ட ஒரு சிறிய பெட்டிக்குள் (அது ஒரு பீட்சா நிறுவனத்தின் உபயம் என்று நினைக்கிறேன்) 'பசிக்கிறதா?' என்று தலைப்பிடப்பட்டிருந்தது. பிறகு, உலக பசிபட்டினிப் பட்டியலில் சூடானுக்கும் சோமாலியாவுக்கும் கீழே இந்தியா இடம்பெற்றிருக்கும் செய்தியை அதன் வாசகர் களிடம் – நிச்சயம் நன்னோக்கத்துடன்தான்! – அது தெரிவித்தது. ஆம், இது அல்லவே! அந்தப் போராட்டம். நமது தலித்களின் குடியிருப்புகள், நர்மதா, கொயெல்கரோ ஆற்றோரங்கள், செங்காரா ரப்பர் தோட்டம், மேற்கு வங்காளத்தில் லால்கார், நந்திகிராம், சிங்கூர் கிராமங்கள், சத்தீஷ்கர், ஜார்கண்ட், ஒரிசா மாநிலங்கள், நமது மாபெரும் நகரங்களில் அமைந்துள்ள சேரிகள், குடிசைகள் அனைத்திலும் அந்தப் போராட்டம் இன்னமும் மேற்கொள்ளப்பட்டு வருகிறது. அந்தப் போராட்டம் தொலைக்காட்சியில் இன்னும் இடம்பெறவில்லை. ஆகவே தொலைக்காட்சியில் இடம்பெறும் போராட்டத்தை நாமும் கருத்தில் கொள்வோம்.

தற்போது பயங்கரவாதம் பற்றி நடைபெறும் விவாதத்தில் பயங்கரமான, கேவலமான பிளவொன்று தெரிகிறது. பயங்கர வாதத்தை, குறிப்பாக 'இஸ்லாமிய'ப் பயங்கரவாதத்தைக் காழ்ப்பும் பைத்தியக்காரத்தனமும் மிகுந்த கேடாக, அதற்கே உரிய அச்சில் சுழலும் கேடாக, அதற்கே உரிய சுற்றுப்பாதையில் வலம்வரும் கேடாக, அதனைச் சூழ்ந்த உலகத்துடன் தொடர்பற்ற கேடாக, வரலாற்றுடனும் புவியியலுடனும் பொருளாதாரத்துடனும் தொடர்பற்ற கேடாக நோக்குவோர் அப்பிளவின் ஒரு பக்கத்தில் நிலைகொண்டுள்ளார்கள். ஆதலால், அத்தகைய பயங்கர வாதத்தை அரசியல் சூழ்நிலைக்கு உட்படுத்த முயல்வது அல்லது அதைப் புரிந்துகொள்ள முயல்வதுகூட, அதனை நியாயப்படுத்துவதாக அமையும் என்றும், அதுவே ஒரு குற்ற

மாகும் என்றும் அவர்கள் கூறுகிறார்கள் (இவர்களை நாம் ஒன்றாம் பக்கத்தவர்கள் என்போம்). மற்ற பக்கத்தவர், எதைக் கொண்டும் பயங்கரவாதத்தைப் பொறுத்தருளவோ நியாயப் படுத்தவோ முடியாது என்றாலும், குறித்த ஒரு காலத்திலும் இடத்திலும், அரசியல் சூழ்நிலையிலும் அது நிகழ்கிறது என்றும், அதைக் கண்டுகொள்ள மறுப்பதால் பிரச்சினை மேலும் மோச மாகிறது என்றும், அதனால் மக்கள் மென்மேலும் ஆபத்தை எதிர்நோக்குவர் என்றும், அதுவே ஒரு குற்றமாகும் என்றும் கூறுகிறார்கள் (இவர்களை நாங்கள் இரண்டாம் பக்கத்தவர்கள் என்போம்).

1990இல் லக்ஷர்-இ-தொய்பாவை (புனிதப்படை) அமைத்தவ ரும் தீவிர இஸ்லாமிய மரபுவழி வந்தவருமாகிய ஹாவிஸ் சயீதின் கூற்றுகள் ஒன்றாம் பக்கத்தவர்களின் வாதத்தை வலுப் படுத்துவது உறுதி. தற்கொலைக் குண்டுத் தாக்குதல்களை அவர் ஆதரிக்கிறார், யூதர்களையும் ஷியாக்களையும் ஜனநாயகத்தையும் அவர் வெறுக்கிறார், இஸ்லாம் - அவருடைய இஸ்லாம் உலகை ஆளும் நிலை ஓங்கும்வரை அது புனிதப் போராட்டத்தில் (ஜிஹாத்தில்) ஈடுபட வேண்டுமென்று நம்பு கிறார். அவருடைய கூற்றுகள் சில வருமாறு:

'இந்தியாமீது கைவைக்க முடியாத நிலை உள்ளவரை சமாதானம் எதுவும் கைகூடாது. வெட்டுங்கள், அவர்களை வெட்டுங்கள் - அவர்கள் உங்களிடம் மண்டியிட்டு மன்றாடும்வரை வெட்டுங்கள்... நமது புனிதப் போருக்கு இந்தியாவே வழிகாட்டியுள்ளது... இந்தியா, காஷ்மீரில் முஸ்லிம்களைக் கொல்வது போலவே நாங்களும் இந்துக் களைக் கொன்று, இந்தியாவைப் பழிக்குப்பழி வாங்க விரும்புகிறோம்.'

ஆனால் அஹமதாபாத் நகரத்தைச் சேர்ந்தவரும், தன்னை ஒரு பயங்கரவாதியாக அல்ல, ஜனநாயகவாதியாக இனங் காண்பவருமாகிய பாபு பஜ்ரங்கியின் கூற்றுகளை ஒன்றாம் பக்கத்தவர்கள் எவ்வாறு நோக்குகிறார்கள்? 2002இல் நிகழ்த்தப் பட்ட குஜராத் இனப்படுகொலையின் தலையாய சூத்திரதாரி களுள் அவர் ஒருவர். (ரகசியமாக ஒளிப்பதிவுசெய்யப்பட்ட) அவரது கூற்று இதோ:

முஸ்லிம்களின் கடை எதையும் நாங்கள் விட்டு வைக்க வில்லை. எல்லாவற்றையும் நாங்கள் கொளுத்தினோம். அவர்களை எரித்துக் கொன்றோம்... வெட்டி, கொளுத்தி, எரித்து... இந்த தேவடியாப்பசங்களுக்கு எரியப் பயம்...

அருந்ததி ராய்

அவர்கள் எரியூட்டப்படுவதை விரும்புவதில்லை. ஆனபடியால், நாங்கள் அவர்களை எரித்தோம். அவர்களை எரிப்பதே சரி என்று நம்புகிறோம் ... எனது கடைசி ஆசை ஒன்றே ஒன்றுதான் ... என்னைத் தூக்கிலிட்டாலும் பரவாயில்லை ... என்னைத் தூக்கிலிடு முன்னர் இரண்டே இரண்டு நாட்கள் அவகாசம் தாருங்கள். நான் (முஸ்லிம்கள் நிறைந்து வாழும்) ஜுஹாபுரா பகுதிக்குப் போய், அங்கே இருக்கும் அந்த ஏழெட்டு லட்சம் பேரையும் தீர்த்துக்கட்டி விடுகிறேன் ... அவர்களுள் இன்னும் கொஞ்சம் பேர் சாகட்டும் ... ஆகக்குறைந்தது இருபத்தையாயிரம் முதல் ஐம்பதினாயிரம் வரை சாகவேண்டும்.

ஆர்.எஸ்.எஸ். இயக்கத்தின் மறைநூலை, 1944இல் ஆர்.எஸ்.எஸ். இயக்கத்துக்குத் தலைமை ஏற்ற எம்.எஸ். கோல்வாக்கர் எழுதிய நாம் அல்லது நம் சமுதாயத்தன்மையின் விளக்கம். *We or Our Nationhood Defined* என்னும் நூலை, ஒன்றாம் பக்கத்தவர்கள் எப்படி நோக்குகிறார்கள்? 'முஸ்லிம்கள் முதன் முதலில் இந்துஸ்தானுக்குள் அடியெடுத்து வைத்த அத்தீயநாள் முதல் இக்கணம்வரை இந்து இனம் அக்கேடர்களை உதறித் தள்ளத் தீரத்துடன் போராடி வந்துள்ளது' என்று அதில் கூறப்பட்டுள்ளது. 'ஜெர்மனி தனது இனத்தின் தூய்மையை, தனது பண்பாட்டின் தூய்மையைப் பேணும் பொருட்டு செமிடிக் இனங்களை – யூதர்களை – நாட்டிலிருந்து களைந்தது. இனப் பெருமை அங்குப் புலப்படுத்தப்பட்டுள்ளது ... இந்துஸ்தானில் இருக்கும் நாங்கள் கற்றுப் பயன்படுத்த வேண்டிய நல்ல பாடம் அது' என்றும் கூறப்பட்டுள்ளது.

ஆம், இந்து வலதுசாரிகள், முஸ்லிம்களுக்கு மாத்திரம் குறிவைக்கவில்லை. தலித்களையும் இடைவிடாது குறிவைக்கிறார்கள். அண்மையில் ஒரிசாவைச் சேர்ந்த கந்தமால் பகுதியில் இரண்டரை மாதங்களாக நடைபெற்ற வன்செயலுக்குக் கிறிஸ்தவர்கள் இலக்கானார்கள். அதில் ஆகக்குறைந்தது 16 பேர் கொல்லப்பட்டார்கள். அங்கே 40,000 மக்கள் வீடுகளிலிருந்து விரட்டப்பட்டுள்ளார்கள். அவர்களுள் பலர் தற்போது அகதி முகாம்களில் வசித்து வருகிறார்கள்.

லாகூர் மாநகரத்திலே ஜம்மத்–உத்–தாவா இயக்கத்தின் தலைவர் என்ற வகையில் மதிப்புவாய்ந்த மனிதராக ஹாஃபிஸ் சயீது இவ்வளவு ஆண்டுகளும் வாழ்ந்து வந்துள்ளார். ஜம்மத்–உத்–தாவா என்பது லக்ஷர்–இ–தொய்பாவின் முன்னணி அமைப்பு என்று பலரும் நம்புகிறார்கள். உருட்டிப்புரட்டி,

தீயுமிழும் போதனைகள் கொண்டு, மதவெறியுடன் கூடிய தனது புனிதப்போருக்கு அவர் இளைஞர்களைத் தொடர்ந்து திரட்டி வருகிறார். டிசம்பர் 11 அன்று ஜம்மத்–உத்–தாவா இயக்கத்துக்கு ஐ.நா. முட்டுக்கட்டை இட்டது. பாகிஸ்தானிய அரசாங்கம் சர்வதேச நிர்ப்பந்தங்களுக்கு அடிபணிந்து ஹாஃபிஸ் சயீதை வீட்டுக்காவலில் வைத்தது. அதேவேளை குஜராத்திலோ பாபு பஜ்ரங்கி பிணையில் வெளிவந்து, மதிப்புவாய்ந்த மனிதராக வாழ்ந்து வருகிறார். அங்கு இனப்படுகொலை நிகழ்ந்து இரு ஆண்டுகள் கழிந்த பின்னர் அவர் (ஆர்.எஸ்.எஸ். இயக்கத்தின் துணைப்படையாகிய) வி.எச்.பி.யிலிருந்து விலகி, (இன்னொரு வலதுசாரி தேசியவாதக் கட்சியாகிய) சிவ சேனையில் சேர்ந்து கொண்டார். பாபு பஜ்ரங்கியை முன்னர் ஆற்றுப்படுத்திய நரேந்திர மோடி இன்னமும் குஜராத் முதல்வராக விளங்கு கிறார். அதாவது, குஜராத் இனப்படுகொலைக்குத் தலைமை வகித்த அதே மனிதர் மீண்டும் இருமுறை தேர்ந்தெடுக்கப் பட்டுள்ளார். இந்தியாவின் மாபெரும் குழுமநிறுவனங் களான, ரிலையன்ஸ், டாடாவால், அவர் பெரிதும் மதிக்கப் பட்டு வருகிறார். குஜராத்தில் வெறியாடிய இந்துக் கும்பல் களை மேற்பார்வை செய்து, அவ்வப்போது துணைநின்ற காவல்துறையினர்களுக்கு வெகுமதியும் பதவி உயர்வும் அளிக்கப்பட்டுள்ளன.

ஆர்.எஸ்.எஸ். இயக்கம், இந்தியா எங்கும் பரந்துள்ள அதன் 60,000 கிளைகள், 40 லட்சத்துக்கு மேற்பட்ட தொண்டர்கள் வழி அதன் குரோதக் கொள்கையைப் புகட்டி வருகிறது. நரேந்திர மோடி, முன்னாள் பிரதமர் ஏ.பி. வாஜ்பாய், இந்நாள் எதிர்க்கட்சித் தலைவர் எல்.கே. அத்வானி, மூத்த அரசியல் வாதிகள், அதிகாரவர்க்கத்தினர், காவல்துறையினர், உளவுத் துறை அதிகாரிகள் ஆகியோர் ஆர்.எஸ்.எஸ். இயக்கத்தில் அங்கம் வகிக்கிறார்கள்.

அவை மதச்சார்பற்ற ஜனநாயகம் பற்றிய நமது மனப் பதிவைச் சிக்கலாக்குபவை. அதை மேலும் சிக்கலாக்குவதற்கு, இந்தியாவில் தங்கள் குறுகிய மதவெறியைப் புகட்டும் முஸ்லிம் அமைப்புகள் பலவும் இருக்கவே இருக்கின்றன என்பதை இங்கு நாங்கள் குறிப்பிட்டே ஆகவேண்டும். இத்தகைய சூழ்நிலையில் யாரைத் தேர்ந்தெடுக்க வேண்டும் ஒன்றாம் பக்கத்தவர்களையா, இரண்டாம் பக்கத்தவர்களையா என்று நான் எடைபோட்டுப் பார்த்தால், இரண்டாம் பக்கத்தவர் களையே தேர்ந்தெடுப்பேன். சூழ்நிலையை எப்போதுமே நாம் கருத்தில் கொள்ள வேண்டும்.

அணுவாயுதம் ஏந்திய இந்தத் துணைக்கண்டத்தில் பிரிவினைச் சூழ்நிலை நிலவுகிறது. மாநிலங்கள், மாவட்டங்கள், கிராமங்கள், வயல்கள், சமூகங்கள், நீர்நிலைகள், வீடுகள், குடும்பங்களை ஊடறுத்து இந்தியாவையும் பாகிஸ்தானையும் பிரிக்கும் *Radcliffe Line* எனப்படும் கோடு திடுதிப்பென்று வரையப் பட்டது. ஆங்கிலேயர் இங்கிருந்து புறப்படும் தறுவாயில் நமக்குத் தந்த கடைசி உதை அது.

இந்தியாவின் பிரிவினை 10 லட்சத்துக்கும் மேற்பட்ட மக்களின் படுகொலைக்கும் தற்கால வரலாற்றிலேயே மிகப் பெரிய மனித இடப்பெயர்வுக்கும் இட்டுச்சென்றது. புதிய பாகிஸ்தானிலிருந்து இந்துக்களும் புதிய இந்தியாவிலிருந்து முஸ்லிம்களுமாக 80 லட்சம் மக்கள் தங்கள் வீடுகளை விட்டு, உடுத்த உடை தவிர வேறெதுவுமின்றி தப்பியோடினார்கள். கற்பனைக்கும் எட்டாத வேதனையை, வெறுப்பை, பயங்கரத்தை மாத்திரமல்ல, ஏக்கத்தையும் இரு தரப்பினரும் சுமந்துதிரிந்து, தமது இளந்தலைமுறையினருக்கு அதை அளித்து வருகிறார் கள். அந்த வடு, குதறப்பட்ட – இன்னும் துண்டிக்கப்படாத தசைநார்கள், சிந்திய குருதி, தெறித்த எலும்புகள் – இன்னும் நமது வெறுப்பின் அரவணைப்பினுள்ளும் அஞ்சவைக்கும் தோழமையினுள்ளும் பாசத்தின் உள்ளேயும் புதையுண்டு கிடக்கின்றன. காஷ்மீரை ஒரு கொடூரத்துள் அது மாட்டி வைத்துள்ளது. அங்கு 60,000 பேருக்கு மேற்பட்டோர் பலியானார் கள். காஷ்மீர் அந்தக் கொடூரத்திலிருந்து மீளமுடியுமா என்று தெரியவில்லை – தூயோர் நாடு – பாகிஸ்தான் ஓர் இஸ்லாமியக் குடியரசாகவும் பின்னர் மிகவும் விரைவாகவே ஊழலும் வன்முறையும் மிகுந்த ராணுவ அரசாகவும், வெளிப்படை யாகவே ஏனைய மதங்களைச் சகித்துக்கொள்ளாத அரசாக வும் மாறியது. மறுபுறம் இந்தியா அனைவரையும் உள்ளடக்கிய மதச்சார்பற்ற ஜனநாயக நாடாக மாறியது.

அது ஓர் உன்னதமான மாற்றம். எனினும், அத்தகைய இந்தியா மலருமுன்னரே, அதாவது 1920களிலிருந்தே பாபு பஜ்ரங்கியின் முன்னோர் அதன் ரத்தநாளத்துள் நஞ்சு பாய்ச்சி, அந்த மாற்றத்தைக் கெடுக்க அரும்பாடு பட்டார்கள். 1990இல் ஆட்சியைக் கைப்பற்றும் முயற்சியில் இறங்க அவர்கள் தயாரானார்கள். 1992இல் எல்.கே. அத்வானியால் ஏவப்பட்ட இந்துக் கும்பல்கள் பாபர் மசூதியை இடித்துத் தகர்த்தன. 1998இல் பா.ஜ.க. மத்திய ஆட்சியைக் கைப்பற்றியது. பயங்கர வாதத்துக்கு எதிரான அமெரிக்காவின் போர் என்னும் காற்று பா.ஜ.க. என்னும் கப்பலின் பாய்மரங்களை நகர்த்திச் சென்றது.

பா.ஜ.க. விரும்பியபடி செய்வதற்கும் இனப்படுகொலையைப் புரிவதற்கும், பின்னர் தனது பாசிசத்துக்கு ஜனநாயக முறைப்படியான குழப்பத்தின் நியாயபூர்வமான வடிவம் என்று விளக்கமளிப்பதற்கும் இது வாய்ப்பளித்தது. இந்தியா அதன் மாபெரும் சந்தையைச் சர்வதேச முதலீட்டுக்குத் திறந்துவிட்ட அதேவேளையில் அப்படி நடந்தது. பன்னாட்டு நிறுவனங்களின் நலனையும் அவற்றுக்குச் சொந்தமான ஊடக நிறுவனங்களின் நலனையும் கருதியே, இந்தியா என்பது தவறிழைக்கக்கூடிய நாடல்ல என்று கற்பிக்கப்பட்டது. அதுவே இந்துத் தேசியவாதிகளுக்கு வேண்டிய உத்வேகத்தையும் தண்டனைக்கு உள்ளாகாத வாய்ப்பையும் அளித்தது.

இவ்வாறு இந்தியத் துணைக்கண்டத்தில் அகன்று பரந்த வரலாற்றுச் சூழ்நிலையிலேயே பயங்கரவாதம் நிலவுகிறது – மும்பைத் தாக்குதல் நிகழ்ந்தது. ஆகவே லக்ஷர்-இ-தொய்பா இயக்கத்தைச் சேர்ந்த ஹாஃபிஸ் சயீதின் ஊர் சிம்லா (இந்தியா) என்பதும், ஆர்.எஸ்.எஸ். இயக்கத்தைச் சேர்ந்த எல்.கே. அத்வானியின் ஊர் சிந்தி (பாகிஸ்தான்) என்பதும் நம்மை வியப்பில் ஆழ்த்தக் கூடாது.

2001இல் நாடாளுமன்றம் தாக்கப்பட்ட பின்னரும் 2002இல் சபர்மதி விரைவு ரயில் எரிக்கப்பட்ட பின்னரும் 2007இல் சம்ஜௌதா விரைவு ரயில் குண்டுத் தாக்குதலுக்கு உள்ளான பின்னரும் இந்திய அரசாங்கம் எவ்வாறு நடந்துகொண்டதோ அவ்வாறே மும்பைத் தாக்குதலின் பின்னரும் அது நடந்து கொண்டது – மும்பைத் தாக்குதலின் பின்னணியில் லக்ஷர்-இ-தொய்பா இயக்கமே செயற்பட்டது என்றும், அதற்கு ஐ.எஸ்.ஐ. துணைநின்றது என்றும் இந்திய அரசாங்கம் அறிவித்தது. குற்றச்சாட்டை லக்ஷர்-இ-தொய்பா மறுத்தது. எனினும் லக்ஷர்-இ-தொய்பாவே முதன்மையான குற்றச்சாட்டுக்கு உள்ளாகியிருக்கிறது. இந்தியாவில் 'இந்திய முஜாஹிதீன்' என்னும் அமைப்பின் ஊடாக லக்ஷர்-இ-தொய்பா இயங்கி வருவதாகக் காவல்துறையினரும் உளவுத்துறையினரும் தெரிவிக்கிறார்கள். மும்பைத் தாக்குதல் தொடர்பாக இந்தியர்கள் இருவர் கைதுசெய்யப்பட்டுள்ளார்கள். ஒருவர்: ஷேக் முக்தர் அகமது; ஜம்மு காஷ்மீர் சிறப்புக் காவல்துறை அதிகாரி. மற்றவர்: தவ்சிவ் ரெஹ்மான்; மேற்கு வங்காள, கொல்கத்தா மாநகரவாசி. ஆதலால் ஏற்கெனவே பாகிஸ்தான்மீது வள்ளிசாகச் சுமத்தப்பட்ட குற்றச்சாட்டு தற்போது சற்றுக் குழம்பி வருகிறது. பெரும்பாலும் முடிச்சுகள் அவிழும் வேளைகளில் எல்லாம், இந்திய – பாகிஸ்தானிய எல்லையின் இரு புறங்களிலும் மட்டு

மல்ல, உலகளாவிய முறையில், பற்பல நாடுகளில் அடிமட்டத் தொண்டர்களும் பயிற்றுநர்களும் அணிதிரட்டப்படும் ஆட்களும் இடைநடுவர்களும் தலைமறைவு உளவுப்படையினரும் எதிர் – தலைமறைவு உளவுப்படையினரும் ஒரே நேரத்தில் பின்னிப் பிணைந்து செயற்பட்டு வருவது அம்பலமாகிறது. இன்றைய உலகில் பயங்கரவாத இயக்கத் தாக்குதல் ஒன்றின் தோற்றுவாயைத் தனியொரு நாட்டரசின் எல்லைக்குள் குறுக்கிக் கண்டறிவது, ஒரு குழுமநிறுவனத்துக்குச் சொந்தமான பணத்தின் தோற்றுவாயைக் கண்டறிவதற்கு நிகர். அது பெரும்பாலும் இயலாத காரியம்.

இத்தைகய சூழ்நிலைகளில் வான்தாக்குதல்கள் தொடுத்துப் பயங்கரவாத இயக்க முகாம்களைத் தீர்த்துக்கட்டலாம். ஆனாலும் பயங்கரவாதிகளை அவை தீர்த்துக்கட்டப் போவ தில்லை. போரும்கூட அவர்களைத் தீர்த்துக்கட்டப் போவ தில்லை. (நாம் குணமென்னும் குன்றேற முயலும் இவ்வேளை யில் நமது அயல் நாடாகிய இலங்கையில், உலகிலேயே மிகவும் கொடிய தீவிரவாத இயக்கங்களுள் ஒன்றாகிய தமிழ் ஈழ விடுதலைப் புலிகளுக்கு முதன்முதலில் பயிற்சி அளித்தோர் இந்தியப் படையினரே என்பதை நாம் மறந்துவிடக் கூடாது).

முன்னர் ஆஃப்கானிஸ்தானிய இஸ்லாமியவாதிகளுக்கு ஆதரவாகவும், பின்னர் அவர்களுக்கு எதிராகவும் அமெரிக்கா தொடுத்த போரில் அதன் நட்புநாடாகப் பங்காற்றும் நிர்ப்பந்தம் பாகிஸ்தானுக்கு ஏற்பட்டது. பெரிதும் முரண்பட்ட சூழ்நிலை களுக்கு உட்பட்டதன் விளைவாகவே பாகிஸ்தான் இன்று ஓர் உள்நாட்டுப் போரை நோக்கி அல்லாடிச் செல்கிறது. சோவியத் நாட்டுக்கு எதிராக அமெரிக்கா தொடுத்த ஜிஹாத் துக்கு (புனிதப்போருக்கு) படைதிரட்டும் முகவர்கள் என்ற வகையில் பாகிஸ்தான் படையினருக்கும் ஐ.எஸ்.ஐ. ஆட்களுக் கும் ஒரு பணி இடப்பட்டது. இஸ்லாமியப் பழைமைநெறிவாத அமைப்புகளுக்கென அனுப்பப்படும் பணத்தை அவர்களிடம் ஒப்படைத்து, அவர்களை ஊட்டி வளர்ப்பதே அவர்களுக்கு இடப்பட்ட பணி. அத்தகைய பாதாள வேதாளங்களுடன் தொடுப்புவைத்த அதே அமெரிக்கா, அவற்றைப் பூலோகம் கொண்டுவந்து கட்டவிழ்த்துவிட்ட அதே அமெரிக்கா, தனக்கு வேண்டிய வேளைகளில் தனக்குக் கட்டுப்படும் செல்லநாய்களாக அவை மாறும் என்று எதிர்பார்த்தது. எனினும் செப்டம்பர் 11 அன்று அவை வீடுதேடி வரும் என்று அமெரிக்கா கனவிலும் நினைக்கவில்லை. வந்தபடியால், ஆஃப்கானிஸ்தானை மறுபடி புடம்போட நேர்ந்தது. இவ்வாறு மீண்டும் பாழ்படுத்தப்பட்ட

ஆஃப்கானிஸ்தான் இன்று பாகிஸ்தான் எல்லையில் கரை யொதுங்கியுள்ளது.

உள்ளுக்குள் இருந்தே வெடித்துச்சிதறும் ஆபத்தை எதிர் நோக்கியுள்ள ஒரு நாட்டையே பாகிஸ்தானிய அரசாங்கம் ஆண்டுவருகிறது என்பதை எவருமே, பாகிஸ்தானிய அரசாங்கமே, மறுக்கவில்லை. பயங்கரவாதப் பயிற்சி முகாம் கள், தீயுமிழும் முல்லாக்கள், இஸ்லாம் உலகை ஆளும் அல்லது ஆளவேண்டும் என்று கருதும் பித்தர்கள் எல்லோரும் பெரிதும் ஆஃப்கானிஸ்தானில் நிகழ்ந்த போர்கள் இரண்டினதும் துருவல் களே. அவர்களின் சீற்றமழை இந்தியாமீது பொழியும் அதே அளவு – ஒருவேளை அதிகமாகக்கூட இருக்கலாம் – பாகிஸ்தானிய அரசாங்கத்தின்மீதும், பாகிஸ்தானிய குடிமக்கள்மீதும் பொழிந்து கொண்டிருக்கிறது. இந்தக் கட்டத்தில் இந்தியா போர்தொடுக்க முடிவெடுத்தால், இப்பிராந்தியம் முழுவதும் அல்லோல கல்லோலப்படலாம். பாகிஸ்தான் என்றுமில்லாதவாறு சின்னா பின்னப்பட்டு இந்தியக் கடலோரத்தில் கரையொதுங்கும். பாகிஸ்தான் நிலைகுலைந்தால், அணுவாயுத வலுபடைத்த பல லட்சக்கணக்கான 'அரசு சாரா வினைஞர்கள்' நமது அயலவர்களாக மாறுவதை நாம் எதிர்பார்க்கலாம். இந்தியாவைச் செலுத்துவோர், பாகிஸ்தான் இழைத்த அதே தவறுகளை இழைத்து, அமெரிக்காவை வந்து தலையிடும்படி வரவழைத்து, மிகவும் சிக்கலான நமது பிரச்சினைகளை மேலும் அலங்கோல மான முறையிலும், ஆபத்தான முறையிலும் குழப்பியடிக்க வழிவகுத்து, இந்த நாட்டைப் பாழ்படுத்துவதில் மிகவும் ஆர்வமாய் இருக்கும் காரணத்தைப் புரிந்துகொள்வது கடின மாய் இருக்கிறது. ஒரு பெரிய வல்லரசுக்கு நட்புநாடுகள் இல்லை. அதற்கு முகவர்களே உண்டு.

எனினும் போர் தொடுப்பதில் ஓர் அனுகூலம் உண்டு: இந்தியாவின் உள்ளே ஓங்கிவரும் கடும் பிரச்சினையை எதிர் கொள்ளும் நிர்ப்பந்தத்தைத் தவிர்ப்பதற்கு, போர் தொடுப்பதே சிறந்த வழி!

நமது 24 மணிநேரச் செய்தித் தொலைக்காட்சி ஊடகங் கள் அறுபத்தேழும் அல்லது அவற்றுள் பெரும்பாலானவை மும்பைத் தாக்குதலை நேரடியாக (சிறப்புச் செய்தியாக!) ஒளிபரப்பின. அதனை எத்தனை உலகத் தொலைக்காட்சி ஊடகங்கள் ஒளிபரப்பின என்பது கடவுளுக்குத் தான் தெரியும். தொலைக்காட்சிக் நிலையகங்களில் நிலைகொண்ட செய்தி யாளர்களும் 'போர்முனையில்' நிலைகொண்ட ஊடகர்களும்

இடைவிடாது, பரபரப்புடன் தமது வர்ணனைகளை வாரி வழங்கிக்கொண்டிருந்தார்கள். அணுவாயுத வலுவும் திறனும் படைத்த நாடு என்று கொள்ளப்படும் இந்தியாவின் காவல் துறையினர், அதிரடிக் கடற்படையினர், தேசிய பாதுகாப்புப் படையினர் அனைவரதும் கையாலாகாத்தனத்தைத் துப்பாக்கி கள், கருவிகள் ஏந்திய சிறிய இளைஞர் அணி ஒன்று அம்பலப் படுத்தியதை மூன்று நாட்களாக, இரவுபகலாக நாம் அவ நம்பிக்கையுடன் பார்த்துக்கொண்டிருந்தோம். ரயில் நிலையங் கள், மருத்துவமனைகள், ஆடம்பர விடுதிகள் எங்கும் வெறுங் கையுடன் நடமாடிய மக்களை, சாதி, சமய, வர்க்க, தேசிய வேறுபாடுகளைப் பொருட்படுத்தாமல் அவர்கள் படுகொலை செய்தார்கள். (பாதுகாப்புப் படையினரின் கையாலாகாத்தனத் துக்கு, பணயக் கைதிகள் குறித்த கவலை ஓரளவு காரணம் எனலாம். வேறு நிலவரங்களில், எடுத்துக்காட்டாக காஷ்மீரில் அத்தகைய சூழ்ச்சிகளை மேற்கொள்ளும்போது அவர்கள் அப்படி எல்லாம் கவலைப்படுவதில்லை. முழுக் கட்டடங்களும் தகர்க்கப்படுகின்றன. மக்கள் மனிதக் கேடயங்களாகப் பயன் படுத்தப்படுகிறார்கள். அமெரிக்க, இஸ்ரேலியப் படையினர் பாலஸ்தீனத்திலும் ஈராக்கிலும் ஆஃப்கானிஸ்தானிலும் திருமண விருந்துகள் இடம்பெறும் இடங்களிலும் அதிவெப்பக் குண்டு களை – *daisy cutters* – வீசவும், கட்டடங்களை இலக்குவைத்து ஏவுதட உந்துகணைகளை – *cruise missiles* – ஏவவும் தயங்குவ தில்லை.) மும்பையில் நடந்தது வேறு வகையான தாக்குதல். அது தொலைக்காட்சியில் காட்டப்பட்டது.

இளந்தீவிரவாதிகள் அசட்டையுடன் கொல்லவும் – கொல்லப்படவும் – விழைந்தமை சர்வதேசப் பார்வையாளர் களை ஈர்க்கவே செய்தது. வழக்கமான தற்கொலைக் குண்டுத் தாக்குதல்கள், ஏவுகணைத் தாக்குதல்கள் பற்றிய செய்திகளைப் பார்த்துச் சலித்த மக்களுக்கு, அவற்றிலிருந்து வேறுபட்ட ஒன்றை, புதிதாக ஒன்றை அவர்கள் அளித்தார்கள். இறக்கும்வரை விட்டுக்கொடாத அந்த 25 பேரின் கொடூரமும் தொடர்ந்த வண்ணம் இருந்தது. தொலைக்காட்சி பார்ப்பவர்களின் தொகை பல்கிப் பெருகியது. (அதன் பெறுமதியை அறிவதற்கு, ஒளிபரப்பு நேரத்தை நிமிடங்களில் அல்ல, வினாடிகளில் கணிக்கும் தொலைக்காட்சி அதிபர்களிடம் அல்லது குழுமநிறுவன விளம்பர அதிபர்களிடம் கேட்டுப் பாருங்கள்).

இறுதியில் அக்கொலையாளிகள் மடிந்தார்கள். விட்டுக் கொடாது மடிந்தார்கள். ஒருவரைத் தவிர அனைவரும் மடிந்தார்கள். (அந்த அல்லோலகல்லோலத்தில் சிலர் தப்பி

இருக்கலாம். என்றுமே அது நமக்குத் தெரியவராது போகலாம்). மல்லுக்கட்டி நிலைகொண்ட வேளையில் எவ்விதக் கோரிக்கை களையும் பயங்கரவாதிகள் முன்வைக்கவில்லை. பேச்சுவார்த்தை நடத்தவும் அவர்கள் விருப்பம் தெரிவிக்கவில்லை. தாங்கள் கொல்லப்படும் முன்னர் மக்களைக் கொன்று, இயன்றளவு சேதம் விளைவிப்பதே அவர்களின் நோக்கம். அவர்கள் நம்மை முற்றிலும் மலைக்கவைத்து மடிந்துவிட்டார்கள். 'எதைக் கொண்டும் பயங்கரவாதத்தை நியாயப்படுத்த முடியாது' என்று நாம் கூறும்போது, நாம் பெரிதும் கருதுவது என்னவென்றால், எதைக் கொண்டும் மனித உயிர்க்கொலையை நியாயப்படுத்த முடியாது என்பதையே. மனித உயிரை நாம் மதிப்பதால், அது விலைமதிப்பற்றது என்பதால் அவ்வாறு கூறுகிறோம். அப்படி என்றால், மனித உயிரை, தமது சொந்த உயிரையே பொருட்படுத்தாதவர்களை எவ்வாறு நாம் புரிந்துகொள்வது? அவர்கள் மடியுமுன்னரே, நாம் சென்றடைய முடியாத வேறோர் உலகத்துக்குப் பயணப்பட்டுவிட்டார்கள் என்பதை நம்மால் உணர்ந்துகொள்ள முடிகிறது. ஆதலால் அவர்களை எவ்வாறு புரிந்துகொள்வது என்பது நமக்குத் தெரியவில்லை. அதுதான் உண்மை.

தாக்குதல் தொடுத்தவர்களுள் ஒருவனுடன் தொலைபேசி வாயிலாக நடத்தப்பட்ட உரையாடல் ஒன்றை *India TV* தொலைக் காட்சி அலைவரிசை ஒளிபரப்பியது. தன்னை 'இம்ரன் பாபர்' என்று அவன் அறிமுகப்படுத்தினான். அந்த உரையாடல் மெய்யா பொய்யா என்பதை என்னால் உறுதிப்படுத்த முடியாது. ஆனாலும், அவன் கூறிய விஷயங்கள், இந்தியாவில் ஏற்கெனவே பல குண்டுத் தாக்குதல்கள் நிகழ்வதற்கு முன்னர் அனுப்பப் பட்ட 'பயங்கர மின்னஞ்சல்களில்' காணப்பட்ட அதே விஷயங் கள்; நாம் மீண்டும் கூற விரும்பாத விஷயங்கள்: பாபர் மசூதி இடிப்பு (1992), குஜராத் முஸ்லிம் இனப்படுகொலை (2002), காஷ்மீர் கொடுங்கோன்மை.

'உங்களைச் சுற்றிவளைத்திருக்கிறார்கள். நீங்கள் சாகப் போவது நிச்சயம். நீங்கள் ஏன் சரணடையக் கூடாது?' என்று அவனிடம் வினவினார் தொலைக்காட்சி நிலையச் செய்தியாளர்.

'நாம் ஒவ்வொரு நாளும் செத்துக்கொண்டிருக்கிறோம். இப்படிச் சாவதைவிட ஒரு நாளாவது சிங்கம் போல் வாழ்வது நல்லது' என்று விநோதமாகவும், இயந்திரம் போலவும் அவன் பதிலளித்தான். அவன் உலகை மாற்ற விரும்பியதாகத் தெரிய வில்லை. தானும் அழிந்து உலகையும் அழிக்க விரும்பியதாகவே தெரிந்தது.

அவர்கள் உண்மையில் லக்ஷர்–இ–தொய்பா உறுப்பினர்கள் என்றால், அவர்களுக்குப் பலியானோருள் பெருந்தொகையான முஸ்லிம்களும் அடங்குவர் என்பதையோ, அவர்களுடைய நடவடிக்கையின் விளைவாக, இந்தியாவில் எந்த முஸ்லிம்களின் உரிமைகளுக்காக அவர்கள் போராடுகிறார்களோ அந்த முஸ்லிம்கள் கடுமையான பதிலடிக்கு உள்ளாகக்கூடும் என்பதையோ அவர்கள் ஏன் பொருட்படுத்தவில்லை? பயங்கரவாதம் ஓர் இதயமற்ற சித்தாந்தம். முழு நிலவரத்திலும் கண்வைக்கும் பெரும்பாலான சித்தாந்தங்களைப் போலவே, பயங்கரவாதிகளின் கணிப்புகளிலும் தனிநபர்கள் முக்கியம் பெறுவதில்லை. தனிநபர்களை அவர்கள் பக்கவாட்டுச் சேதாரங்களாகவே கணிக்கிறார்கள். மறைந்துறையும் பிளவுகளை அம்பலப்படுத்துவதற்காக ஒரு மோசமான நிலவரத்தை அவர்கள் மேலும் மோசமாக்குவார்கள்; அப்படி மோசமாக்குவது, என்றுமே பயங்கரவாதத் தந்திரோபாயத்தின் ஓர் அங்கமாகவே இருந்து வந்துள்ளது; பெரிதும் அதன் இலக்காகவும் இருந்து வந்துள்ளது. 'தியாகிகளின்' குருதி பயங்கரவாதத்துக்கு நீர்பாய்ச்சி வந்துள்ளது. இந்துப் பயங்கரவாதிகளுக்கு இறந்த இந்துக்கள் தேவை; பொதுவுடைமைவாதப் பயங்கரவாதிகளுக்கு இறந்த பாட்டாளிகள் தேவை; இஸ்லாமியப் பயங்கரவாதிகளுக்கு இறந்த முஸ்லிம்கள் தேவை. இறந்தவர்கள் காட்சிப் பொருளாகிறார்கள்; இறந்தவர்கள் பலிபடுநிலைக்குச் சான்று பகர்கிறார்கள்; இறந்தவர்கள் திட்டத்தில் தலையாய பங்கு வகிக்கிறார்கள்.

தனியொரு பயங்கரவாதச் செயல், தன்னளவில் வெற்றி பெறுவதற்காக மேற்கொள்ளப்படுவதில்லை; அது வேறொன்றை, அதைவிடப் பெரியதை, ஒரு கட்டமைப்பு மாற்றத்தை, ஒரு மீள்கட்டமைப்பைத் திடுதிப்பென்று ஏற்படுத்துவதற்காக மேற்கொள்ளப்படுகிறது என்று கொள்ளப்படுவதுண்டு. அத்தகைய செயலே ஓர் அரங்கமாக, காட்சியாக, குறியீடாக மாறுகிறது. பயங்கரவாதம் இன்று நேரடித் தொலைக்காட்சி அரங்கில் காலூன்றி, பயங்கர நடனமாடி வருகிறது. மும்பைத் தாக்குதலைத் தொலைக்காட்சி நிலையச் செய்தியாளர்கள் கண்டித்துக் கொண்டிருந்த அதேவேளையில், அப்பயங்கரத் தாக்குதலின் ஆற்றலைத் தமது ஒளிபரப்புகளின் ஊடாக அவர்கள் ஆயிரம் மடங்கு மிகைப்படுத்திக் காட்டினார்கள்.

இந்தியாவில் நடந்த எண்ணற்ற கருத்துரைக் கட்டுரைகளிலும் சரி, எண்ணற்ற மணிநேரங்கள் ஒலிபரப்பப்பட்ட, ஒளிபரப்பப்பட்ட ஆய்வுகளிலும் சரி காஷ்மீர், குஜராத், பாபர் மசூதி இடிப்பு ஆகிய மலைபோன்ற பிரச்சினைகள் இடம்

பெற்றது மிகவும் அரிது. மாறாக, பாகிஸ்தானுக்கு எதிரான போரின் சாதக பாதகங்கள் பற்றி ஓய்வுபெற்ற சாணக்கியர்களும் தந்திரோபாய நிபுணர்களும் விவாதிப்பார்கள். தங்கள் பாதுகாப்புக்கு உத்தரவாதம் அளிக்காவிட்டால், தாங்கள் வரிசெலுத்தப் போவதில்லை என்று செல்வந்தர்கள் வேறு பயமுறுத்தினார்கள். (ஏழைகள் பாதுகாக்கப்படாமல் இருப்பது சரியா?) அரசாங்கம் விலக வேண்டும்; ஒவ்வொரு மாநிலத்தையும் ஒவ்வொரு குழுமநிறுவனத்திடம் ஒப்படைக்க வேண்டுமென்று வேறு சிலர் யோசனை தெரிவித்தார்கள். முன்னாள் பிரதமரும் தலித்களின் – தாழ்ந்த சாதிகளின் நாயகனும் உயர் சாதி இந்துக்களின் வில்லனுமாகிய வி.பி. சிங் இயற்கை எய்திய செய்தி நமது கண்ணில் படவுமில்லை, காதில் விழவும் இல்லை. இந்து, முஸ்லிம் மதவெறியர்கள் மும்பையை வெறுக்கும் காரணங்கள் பற்றிய தனது ஆய்வை *Maximum City* நூலாசிரியரும் *Mission Kashmir* பாலிவூட் திரைப்படத்தின் இணைக் கதாசிரியருமாகிய சுகேது மேத்தா *(Suketu Mehta)* நம் முன்வைத்தார்: மும்பையின் ‘செல்வச்செழிப்பும் அபச்சாரக் கனவுகளும் வரையறையே இல்லாத திறந்த மனப்பாங்கும் அதற்கான காரணங்கள் ஆகலாம்’ என்று அவர் குறிப்பிட்டார். மதவெறியர்களின் வெறுப்புக்கு அவர் நிர்ணயிக்கும் மருந்து: ‘மேலும் பெரிதாகக் கனவுகள் காண்பதும் இன்னும் அதிக பணம் சேர்ப்பதும் அடிக்கடி மும்பை வந்து செல்வதுமே பயங்கரவாதிகளுக்குச் சிறந்த பதிலடியாகும்.’ 9/11க்குப் பிறகு, ஆமாம், நம்மால் விட்டுவிலக முடியாதது போல் தென்படும் 9/11க்குப் பிறகு, கடைகளுக்குப் போய் சாமான்கள் வாங்கும்படி அமெரிக்க மக்களிடம் ஜார்ஜ் புஷ் கேட்டுக்கொள்ளவில்லையா?

மும்பையில் பயங்கர அத்தியாயம் ஒன்று முடிவடைந்துள்ளது. எனினும் இன்னோர் அத்தியாயம் தொடங்கியுள்ளது போலும். இந்தியப் பிரமுகர்களுள் வலுவும் குரலும் ஓங்கிய ஒரு பிரிவினர், செய்திச்சூறையாடும் – *Fox News*ஐக் கிட்டத்தட்ட தீவிர இடதுசாரி ஊடகமாகத் தென்படவைக்கும் – தொலைக்காட்சி நிலையச் செய்தியாளர்களால் தூண்டப்பட்டு, நாள்தோறும் நினைத்த மாத்திரத்தில் அரசியல்வாதிகள் அனைவரையும் தூற்றியும் காவல்துறையினரையும் படையினரையும் போற்றியும் வருகிறார்கள். கிட்டத்தட்ட ஒரு காவல்துறை அரசு வேண்டுமென்று அவர்கள் கேட்டு வருகிறார்கள். ஜனநாயகத்தில் (நடைமுறையில் உள்ளது போன்ற ஜனநாயகத்தில்) பொறுக்கித் தின்று கொழுத்தவர்கள் இனி ஒரு காவல்துறை அரசு வேண்டுமென்று கேட்பது வியக்கத்தக்கதல்ல.

'பொறுக்கித் தின்னும்' காலம் கழிந்து நீண்ட நாள்கள் ஆகி விட்டன. தற்போது பலவந்தமாகப் பறித்துண்ணும் கால கட்டத்தை நாம் வந்தடைந்துள்ளோம். இந்தப் பணியில் குறுக்கிடும் தீய பழக்கம் ஜனநாயகத்துக்கு உண்டு என்பது கவனிக்கத்தக்கது.

ஏற்கெனவே தமது பார்வையாளர்களைப் பெரிதும் கட்டுக் கடங்காத உணர்ச்சிப்பெருக்கில் ஆழ்த்திய அதே தொலைக் காட்சி ஊடகங்கள் தற்போது காவல்துறையினர் நல்லவர்கள், அரசியல்வாதிகள் மோசமானவர்கள்; தலைமைச் செயல் அதிகாரிகள் நல்லவர்கள், முதலமைச்சர்கள் மோசமானவர் கள்; படையினர் நல்லவர்கள், ஆட்சியாளர்கள் மோசமானவர்கள்; இந்தியா நல்லது, பாகிஸ்தான் மோசமானது என்பன போன்ற ஆபத்தான, மடத்தனமான, மிகவும் மலினமான கூற்றுக்களைப் பரிமாறி வருகின்றன.

பயங்கரவாத வியாபாரத்தில் பாதகம் புரிவோரும் பாதிக்கப் படுவோரும் பரஸ்பரம் இடம் மாறுவதை இந்திய மக்கள் கண்டுகொள்ளத் தொடங்கும் இத்தருணத்தில் மேற்படி சிறுமைப் புத்திக்குள் சிலர் பின்னடையும் அவலம் ஓங்கி வருகிறது. கடந்த 20 ஆண்டுகளாகக் காஷ்மீர் மக்கள் பயங்கர அனுபவங் களை எதிர்கொண்டதன் விளைவாக இந்தப் புரிதலை ஒரு நேர்த்தியான கலையாக செப்பனிட்டு வைத்திருக்கிறார்கள். இந்தியாவில் அந்தக் கலையை இப்போதுதான் நாம் கற்று வருகிறோம். (காஷ்மீர் மனமுவந்து இந்தியாவை அரவணைக்கப் போவதில்லை என்றால், இந்தியா காஷ்மீருடன் ஒருங்கிணை யும் / உருக்குலையும் போல் தென்படத் தொடங்குகிறது.)

2001ஆம் ஆண்டு நாடாளுமன்றம் தாக்கப்பட்ட பின்னரே முதல்முறையாக ஆழமான கேள்விகள் எழுப்பப்படலாயின. காவல்துறையினராலும் ஊடகத் துறையினராலும் அப்பாவி மக்களுக்கு எதிரான பொய்க் குற்றச்சாட்டுகள் எவ்வாறு இட்டுக்கட்டப்பட்டன, சான்றுகள் எவ்வாறு புனையப்பட்டன, சாட்சிகள் எவ்வாறு பொய் கூறினார்கள், புலன்விசாரணை யின் ஒவ்வொரு கட்டத்திலும் உரிய நடைமுறையை மீறும் குற்றம் எவ்வாறு புரியப்பட்டது போன்ற விஷயங்கள் எல்லாம் வழக்கறிஞர்களையும் செயல்பாட்டாளர்களையும் கொண்ட குழு ஒன்றின் முயற்சியால் அம்பலத்துக்கு வந்தன. குற்றஞ் சாட்டப்பட்ட நால்வருள் இருவரை நீதிமன்றம் இறுதியில் விடுதலைசெய்தது. அவர்களுள் நாடாளுமன்றத் தாக்குதலின் சூத்திரதாரி என்று காவல்துறையினரால் வலியுறுத்தப்பட்ட

வெட்டுக்கிளிகளை உற்றுக் கேட்டல்

எஸ்.ஏ.ஆர். கீலானி ஒருவர். மூன்றாம் ஆளான சௌகத் குரு மீது சுமத்தப்பட்ட குற்றச்சாட்டுகள் அனைத்தும் விலக்கிக் கொள்ளப்பட்டன. பின்னர் புதிய, ஓரளவு சிறிய வழக்கொன்றில் அவர் குற்றத்தீர்ப்புக்கு உள்ளானார். குற்றஞ்சாட்டப்பட்ட வர்களுள் மற்றவரான முகமது அப்சலின் மரண தண்டனைத் தீர்ப்பை உச்ச நீதிமன்றம் உறுதிப்படுத்தியது. முகமது அப்சல் பயங்கரவாத இயக்கம் எதையும் சேர்ந்தவர் என்பதற்கு ஆதாரம் இல்லை என்பதை உச்ச நீதிமன்றம் அதன் தீர்ப்பில் ஒப்புக் கொண்டது. எனினும், 'குற்றவாளிக்கு மரண தண்டனை அளித்தால் மாத்திரமே சமூகத்தின் கூட்டு மனசாட்சி திருப்திப் படும்' என்று அது மேற்கொண்டு தெரிவித்தது. இந்திய நாடாளு மன்றத்தை உண்மையில் தாக்கியோர் யார், அவர்கள் யாருக்காகப் பணியாற்றினார்கள் என்பது இன்றுவரை நமக்குத் தெரியாது.

மிக அண்மையில், 2008 செப்டம்பர் 19 அன்று, தில்லி – ஜமியா நகர் – பட்லா ஹவுசில் சர்ச்சைக்குரிய 'என்கௌண்டர்' ஒன்று இடம்பெற்றது. அதில் தில்லிக் காவல்துறையின் சிறப்புப் பிரிவினர் முஸ்லிம் மாணவர்கள் இருவரை, அவர்களுடைய வாடகை மாடியகத்தில், சந்தேகத்துக்குரிய சூழ்நிலையில் வைத்து, சுட்டுக்கொன்றார்கள். 2008ஆம் ஆண்டு தில்லி, ஜெய்ப்பூர், அஹமதாபாத் நகரங்களில் தொடர்ச்சியாக நிகழ்ந்த குண்டுத் தாக்குதல்களுக்கு அவர்களே பொறுப்பு என்று தில்லிக் காவல் துறையின் சிறப்புப் பிரிவினர் வலியுறுத்தினார்கள். நாடாளு மன்றத் தாக்குதல் தொடர்பான புலன்விசாரணையில் முக்கியப் பங்குவகித்த உதவிக் காவல்துறை ஆணையர் மோகன் சந்த் சர்மாவும் அதில் உயிரிழந்தார். இந்தியாவின் 'என்கௌண்டர் நிபுணர்களுள்' அவர் ஒருவர். 'பயங்கரவாதிகள்' பலரைக் கேள்வியின்றிக் கொன்று, பெயரும் வெகுமதியும் பெற்றவர். காங்கிரஸ் கட்சியின் முதுநிலைத் தலைவர்கள், மாணவர்கள், ஊடகர்கள், சட்டநிபுணர்கள், உயர்கல்வித் துறையினர்கள், செயல்பாட்டாளர்கள், கண்கண்ட சாட்சிகள் உட்படப் பல தரப்பட்ட மக்கள் சிறப்புப் பிரிவினரின் நடவடிக்கையை எதிர்த்துக் கண்டனக் குரல் எழுப்பினார்கள். அந்த நிகழ்வு குறித்து நீதிமன்ற விசாரணை நடத்தப்பட வேண்டுமென்று அவர்கள் கோரிக்கைவிடுத்தார்கள். அதற்குப் பதிலாக பா.ஜ.க.வின ரும் எல்.கே. அத்வானியும் மோகன் சந்த் சர்மாவை 'அஞ்சா நெஞ்சன்' என்று புகழ்ந்து, காவல்துறையின் நேர்மையைக் கேள்விக்கிடமாக்கத் துணிந்தவர்களைக் குறிவைத்து, அப்படிக் கேள்வி எழுப்புவது 'தற்கொலைக்கீடான' செயல் என்றும், அப்படிக் கேள்வி எழுப்புவோரைத் 'தேசவிரோத'ப்

போக்குடையவர்கள் என்றும் கூறி, பல்முனைப் பிரசார இயக்கம் ஒன்றை மேற்கொண்டார்கள். ஆம், விசாரணை நடைபெறவில்லை.

பட்லா ஹவுஸ் நிகழ்வின் ஒருசில நாட்கள் கழித்துப் 'பயங்கரவாதிகள்' பற்றிய இன்னொரு செய்தி ஊடகங்களில் வெளிவந்தது: அமர்வு நீதிமன்றம் ஒன்றிடம் சி.பி.ஐ. சமர்ப் பித்த அறிக்கை ஒன்றின்படி, 2005 டிசம்பர் மாதம் தில்லிச் சிறப்புப் பிரிவு அணியினர் (மோகன் சந்த் சர்மா உட்பட, பட்லா ஹவுஸ் – என்கௌண்டரை நடத்திய அதே அணியினர்) இர்ஷத் அலி, மொவாரிப் கமார் ஆகிய இரண்டு அப்பாவிகளைக் கடத்தி, அவர்களிடம் இரண்டு கிலோகிராம் (ஆர்.டி.எக்ஸ்.) வெடிகுண்டுகளையும் இரண்டு கைத்துப்பாக்கிகளையும் திணித்து, அவர்களை (காஷ்மீருக்கு வெளியே இயங்கும்) அல் பாடிர் இயக்கப் 'பயங்கரவாதிகள்' என்று சொல்லிக் கைது செய்தார்கள். அலியும் கமாரும் ஆண்டுக்கணக்காகச் சிறையில் இருந்தவர்கள். அவ்வாறு பொய்க் குற்றச்சாட்டுகளின் பேரில் சிறையிலடைத்து, வதைத்து, கொல்லவும் பட்ட நூற்றுக்கணக் கான முஸ்லிம்களுக்கு அவர்கள் இரண்டு எடுத்துக்காட்டுகள் மட்டுமே.

மேற்கண்ட பாணி 2008 அக்டோபர் மாதத்தில் மாறியது. 2008 செப்டம்பர் மாதம் நடந்த மஹாராஷ்டிரா மலகோன் நகரக் குண்டுவெடிப்பு பற்றிப் புலன்விசாரணை செய்துவந்த பயங்கரவாதத் தடுப்பு அணியினர், சத்வி பிரக்யா என்ற இந்து போதகரையும் தன்னை ஒரு துறவியாகக் கொள்ளும் சுவாமி தயானந்த பாண்டேயையும் இந்தியப் படையில் பணியாற்றிவந்த லெப்டினன்ட் கலோனல் பிரசாத் புரோகித்தை யும் கைதுசெய்தார்கள். கைதானோர் அனைவரும் இந்துத் தேசியவாத அமைப்புகளைச் சேர்ந்தவர்கள். அவற்றுள் அபினவ் பாரத் எனப்படும் இந்து மேம்பாட்டுக் குழுமமும் ஒன்று. அப்புறம் சிவ சேனை, பா.ஜ.க., ஆர்.எஸ்.எஸ். அமைப்பினர் மஹாராஷ்டிரா பயங்கரவாதத் தடுப்பு அணியைக் கண்டித்து, அதன் அதிபர் ஹேமந்த் கர்கரேயைத் தூற்றி, அவர் ஓர் அரசியல் சதியில் பங்குபற்றுவதாக வலியுறுத்தி, 'இந்துக்கள் பயங்கரவாதிகளாக விளங்க முடியாது' என்று முழங்கினார்கள். காவல்துறை பற்றிய தனது கருத்தை மாற்றிக்கொண்ட எல்.கே. அத்வானி, புனிதர்கள்மீதும் மாதர்கள்மீதும் அவதூறு கற்பிக்கத் துணிந்த பயங்கரவாதத் தடுப்பு அணியைச் சாடி மாபெரும் கூட்டங்களில் கும்பல் கொதித்தெழும்பும் வண்ணம் உரையாற்றினார்.

விஎச்பியின் பிரசித்திபெற்ற தலைவர் பிரவீண் தொகாடியா (முஸ்லிம்கள் பெரும்பான்மையோராக வாழும்) மலகோன் நகரக் குண்டுவெடிப்பில் சம்பந்தப்பட்டிருக்கக் கூடுமென்ற சந்தேகத்தின் பேரில் அவரைப் பயங்கரவாதத் தடுப்பு அணி விசாரணைசெய்ய எண்ணும் செய்தி 2008 நவம்பர் 24 அன்று செய்தித்தாள்களில் வெளிவந்தது. இரண்டு நாட்கள் கழித்து, விதியின் அசாதாரண விசித்திரம் எனும்படியாகப் பயங்கர வாதத் தடுப்பு அணியின் அதிபர் ஹேமந்த் கர்கரே மும்பைத் தாக்குதலில் கொல்லப்பட்டார். புதிய அதிபர் யாராக இருந்தா லும், அவர் மேலகாம் புலன்விசாரணையில் அரசியல் நிர்ப்பந்தத் துக்கு உள்ளாதல் திண்ணம். அத்தகைய நிர்ப்பந்தத்துக்குத் தாக்குப்பிடிப்பது கடினம் என்பதை அவர் கண்டுகொள்வார். காவல்துறையைக் கேள்விக்கிடமாக்குவது தேசவிரோதமா தற்கொலையா என்பது குறித்து சங் பரிவார் இன்னும் ஓர் இறுதி முடிவுக்கு வந்ததாகத் தெரியவில்லை. அதேவேளை Times Now தொலைக்காட்சி நிலையச் செய்தியாளர் அர்ணாப் கோஸ்வாமி தற்போது களத்தில் குதித்துள்ளார். காவல்துறை யினரதும் ஆயுதப் படையினரதும் நேர்மையைக் கேள்விக் கிடமாக்கத் துணிந்தவர்களின் பெயர்களை வெளியிட்டு, அவர் களைப் படுபாவிகளாக வர்ணித்து, அவர்களின் உரைகளில் பகிரங்கமாகவும் மூர்க்கத்தனமாகவும் அவர் குறுக்கிட்டு வருகிறார். அவர் வாயிலிருந்து எனது பெயரும் பெயர்பெற்ற வழக்கறிஞர் பிரசாந்த் பூஷனின் பெயரும் பலமுறை உதிர்ந் துள்ளன. அர்ணாப் கோஸ்வாமி முன்னாள் காவல்துறை அதிகாரி ஒருவரை நேர்காணும் ஒரு கட்டத்தில் ஒளிப்படக் கருவியை நோக்கித் திரும்பி, 'அருந்ததி ராயும், பிரசாந்த் பூஷனும் கேட்டுக்கொண்டிருப்பார்கள் என்று நம்புகிறேன். அவர்கள் அருவருப்பானவர்கள் என்று நாம் கருதுகிறோம். ஆதலால் நமது நிகழ்ச்சிக்கு நாம் அவர்களை அழைக்கவில்லை' என்று தெரிவித்தார். இன்று நிலவும் அத்துணை வெறித்தனம் மிகுந்த சூழ்நிலையில் தொலைக்காட்சி நிலையச் செய்தியாளர் ஒருவர் இப்படிச் செய்வது பிறரை ஏவி விடுவதற்கும், மக்களை அச்சுறுத்துவதற்கும் நிகராகும். இத்தகைய செயல் வேறு சூழ்நிலை களில் ஓர் ஊடகரின் வேலைக்கே உலை வைத்திருக்கும்.

போகட்டும்! மேற்படி இருவருள் ஒருவர் இந்தியாவின் அடுத்த பிரதமராக அமர விரும்புகிறார். மற்றவர் பிரதான தொலைக்காட்சி ஊடகம் ஒன்றின் வெளியரங்கச் செய்தியாள ராக விளங்குகிறார். காவல்துறை குறித்துக் கேள்வி எழுப்பும் உரிமை குடிமக்களுக்குக் கிடையாது என்பது அவர்கள் இருவரதும் கருத்து. ஐயத்துக்கிடமான பயங்கரத் தாக்குதல்கள்,

மந்தமான புலன்விசாரணைகள், போலி 'என்கௌண்டர்கள்,' துலங்காத வரலாறு . . . படைத்த இந்த நாட்டில்; உலகிலேயே இங்குதான் கைதிகள் உயிரிழப்பது மிகவும் அதிகமாய் இருந்தும் கூட, சித்திரவதைகளுக்கு எதிரான ஐ.நா. ஒப்பந்தத்தில் ஒப்பமிட மறுக்கும் இந்த நாட்டில்; சித்திரவதைக் கூடங்களைச் சென்றடை வோர் பாக்கியவான்கள், ஏனெனில் நமது என்கௌண்டர் நிபுணர்களிடமிருந்து தப்பிக்கொள்ளும் பேறுபெற்றவர்கள் அவர்கள்; தலைமறைந்து தீமை புரியும் குழுவையும் என்கௌண்டர் நிபுணர்களையும் பிரிக்கும் எல்லைக்கோடு உருப்படியாகப் புலப்படாத இந்த நாட்டில் இப்படி எல்லாம் நடக்கிறது.

இவற்றை எல்லாம் அறிந்து நாம் உள்ளம் சலித்து நிற்கும் அதேவேளை, மும்பைத் தாக்குதலை நாம் எப்படி நோக்க வேண்டும்? அதைக் குறித்து நாம் என்ன செய்ய வேண்டும்? 9/11க்குப் பிறகு அமெரிக்க நிலத்தில் பெருந்தாக்குதல் எதுவும் நிகழவில்லை என்ற வகையில் அமெரிக்காவின் தந்திரோபாயம் வெற்றியளித்துள்ளது என்று சிலர் கூறுகிறார்கள். எனினும், தற்போது அமெரிக்கா பட்டுவரும் வேதனை மிகவும் மோசமானது என்று கூறுவோர் சிலரும் இருக்கிறார்கள். அமெரிக்காவை அதன் உண்மையான குணத்தைக் காட்டும்படி சீண்டும் நோக்குடனேயே 9/11 பயங்கரவாதத் தாக்குதல் மேற்கொள்ளப்பட்டது என்று வைத்துக்கொண்டால், இதைவிடப் பெரிய வெற்றியை அவர்கள் நாடியிருக்க முடியாது. வெல்ல முடியாத இரண்டு போர்களுள் அமெரிக்கா புதையுண்டு போயுள்ளது. அதனால் உலகிலேயே மிகவும் வெறுக்கப்படும் நாடாக அமெரிக்கா மாறியுள்ளது. இப்போர்கள் இரண்டும் அமெரிக்கப் பொருளாதாரத்தைப் பெரிதும் குலைத்து வருகின்றன. அதனால் இறுதியில் அமெரிக்கப் பேரரசே குலையக் கூடுமோ, யாரறிவார்? (குண்டுவீசித் தகர்க்கப்பட்ட ஆஃப்கானிஸ்தான் சோவியத் நாட்டின் புதைகுழியாக மாறியது. அது போலவே இந்தப் பேரரசையும் அது சிதைக்குமா?) ஈராக்கிலும் ஆஃப்கானிஸ்தானிலும் ஆயிரக்கணக்கான அமெரிக்கப் படையினர் உட்படப் பல்லாயிரக்கணக்கான மக்கள் உயிரிழந்துள்ளார்கள். 9/11க்குப் பிறகு (இந்தியா உட்பட) அமெரிக்க நட்புநாடுகள் மீதும்/முகமைநாடுகள் மீதும், எஞ்சிய உலகத்தில் உள்ள அமெரிக்க சொத்துப்பத்துகள்மீதும் தொடுக்கப்படும் பயங்கரவாத இயக்கத் தாக்குதல்களின் எண்ணிக்கை திடுதிப்பென்று பெருகியுள்ளது. 9/11க்கு அமெரிக்காவின் பதிலடியைக் கொண்டுநடத்திய ஜார்ஜ் புஷ் உலக மக்களால் மட்டுமல்ல தன் சொந்த நாட்டு மக்களாலும் இகழப்படும் பேர்வழியாக

மாறியிருக்கிறார். எனவே பயங்கரவாதத்துக்கு எதிரான போரில் அமெரிக்கா வெற்றிபெற்று வருவதாக யார் வலியுறுத்திச் சொல்ல முடியும்?

தேசப் பாதுகாப்புக்கு அமெரிக்க அரசாங்கம் கோடிக் கணக்கான டாலர்களைச் செலவிட நேர்ந்துள்ளது. வேறு நாடுகளால் அப்படி எல்லாம் செலவழிக்க முடியாது. நிச்சய மாக இந்தியாவால் முடியாது. அப்படி நம்மால் செலவழிக்க முடிந்தாலும் கூட, அமெரிக்காவைப் போல் நமது மாபெரும் தேசத்தைப் பாதுகாக்கவோ காவல்காக்கவோ முடியாது. நமது தேசம் அமெரிக்காவைப் போன்றதல்ல. நமது அயலில் அணுவாயுதம் ஏந்திய பகைநாடு ஒன்று மெதுவாக உருக் குலைந்து வருகிறது. அதேவேளை காஷ்மீரை நாம் படைபலம் கொண்டு கட்டியாண்டு வருகிறோம். அங்கு 15 கோடி சிறுபான்மை முஸ்லிம் மக்களை நாம் வெட்கக்கேடான முறையில் கொடுமைப்படுத்தி, ஏழ்மைப்படுத்தி வைத்திருக் கிறோம். அந்த முஸ்லிம் சமூகத்தைக் குறிவைத்து, அவர்களை அடக்கி ஒடுக்கி வைத்திருக்கிறோம். தமக்கு நீதி கிடைக்கும் அறிகுறி அச்சமூகத்தின் இளையருக்கு இதுவரைத் தென்பட வில்லை. அவர்கள் முற்றிலும் நம்பிக்கை இழந்து படுதீவிரவாதி களாக மாறினால், முடிவில் இந்தியாவுக்கு மட்டுமல்ல, முழு உலகத்துக்குமே ஆபத்தானவர்களாக மாறுவார்கள்.

தேசியப் பாதுகாப்பு அதிரடிப் படையினரையும் காவல் துறையினரையும் பத்துப்பேர் மூன்று நாட்களாகத் தடுத்து நிறுத்த முடியும் என்றால், காஷ்மீர் பள்ளத்தாக்கைக் கட்டியாள் வதற்கு 5 லட்சம் படையினர் தேவை என்றால் . . . நீங்களே கணக்குப் போட்டுப் பாருங்கள். எத்தகைய தேசப் பாதுகாப்பைக் கொண்டு இந்தியாவைப் பாதுகாக்க முடியும்?

இதற்கு வேறு எந்த உடனடி மருந்தும் பலிக்காது. பயங்கர வாதத் தடைச் சட்டங்கள் பயங்கரவாதிகளுக்காக ஆனவை ஆகா. அவை அரசாங்கம் விரும்பாத ஆட்களுக்காகவே ஆனவை. ஆதலால்தான் அவற்றின்கீழ் குற்றத்தீர்ப்புக்கு உள்ளாவோரின் எண்ணிக்கை 2 விழுக்காட்டிற்கும் குறைவாக இருக்கிறது. இடர்ப்படுத்தும் ஆட்களைப் பிணையில் விடாமல் நீண்ட காலத்துக்குச் சிறையிலடைத்து வைத்தபிறகு, கடைசியில் வெளியே விரட்டி விடுவதற்கே அவை வகை செய்கின்றன. பிணை – மறுப்புக்கோ மரண தண்டனைக்கோ உள்ளாகும் சாத்தியம், மும்பாய் தாக்குதலை மேற்கொண்ட பயங்கரவாதி களைத் தடைப்படுத்தல் அரிது. அவற்றையே அவர்களும் நாடுகிறார்கள்.

பல பத்தாண்டுகளாக நாம் பயன்படுத்திய உடனடி மருந்துகளின், கெட்ட செயல்களின் ஒட்டுமொத்த விளைவாக ஓர் எதிர்பாரா எதிர்விளைவை நாம் இப்போது அனுபவித்து வருகிறோம். நமது காலடியில் சேறு படிந்துள்ளது.

பயங்கரவாதத்தை ஒழிக்க முடியும் என்று கூறுவது வெகுளித் தனமாகும். எனினும் அதைக் கட்டுப்படுத்துவதற்கான ஒரே வழி, நாம் பயங்கரவாதிகளாக மாறாமல் இருப்பதே. இரண்டாகப் பிரிபடும் பாதை ஒன்றில் நாம் வந்து நிற்கிறோம். ஒரு கைகாட்டி 'நீதிக்கு'த் திசைகாட்டுகிறது. மறு கைகாட்டி 'உள்நாட்டுப் போருக்கு'த் திசைகாட்டுகிறது. மூன்றாம் கைகாட்டி கிடையாது. திரும்பிப் போக வாய்ப்பில்லை. சரியான திசையைத் தேர்ந் தெடுங்கள்.

இந்தக் கட்டுரை 22 டிசம்பர் 2008 *அவுட்லுக்* இதழிலும் 12 டிசம்பர் 2008 *தி கார்டியன்* நாளிதழிலும் வெளிவந்தது.